Jilinde na

WAHALIFU WENYE MIKAKATI

Majambazi na Magaidi

GODWIN CHILEWA

GOSTCH Publishers
Sponsored by GOSTCH Consulting
www.gostch.com
Houston, Texa

KUMBUKUMBU

YALIYOMO

NENO

Basi angalieni sana jinsi mnavyoenenda; si kama watu
wasio na hekima bali kama watu wenye hekima,
mkiukomboa wakati kwa maana zamani uovu
(Waefeso 5:15)

JILINDE NA

WAHALIFU WENYE MIKAKATI

MAJAMBAZI NA MAGAIDI

SHUKRANI ZA PEKEE

Kwa Bi Huba Mwinyi, wa Houston, Texas United States of America. Kwa kukubali kukisoma kitabu hiki na kufanya marekebisho ya lugha.

*Lakini fahamuni neno hili,
kwamba mwenye nyumba angalijua saa
atakayokuja mwizi, angelikesha, wala asingeacha
nyumba yake kuvunjwa.*
(Luka 12:39)

GODWIN CHILEWA

USALAMA WAKO JUKUMU LAKO

Dunia ya leo imegubikwa na uhalifu wa kila namna. Makundi ya majambazi, magaidi, maharamia, na wahalifu wengine wenye mikakati yameongezeka mno kiasi cha kuwapa wakati mgumu polisi, na watumishi wengine wa vyombo vya dola. Kwa ujumla hakuna mahali popote duniani unapoweza kusema uko salama kwa asilimia mia moja, au kutembea pasipo hofu ya kuvamiwa na wahalifu. Mbaya zaidi ni kuwa kadri unavyojitahidi kujishughulisha kwa bidii ili kuboresha hali ya maisha yako ndivyo unavyokuwa kivutio kikubwa zaidi kwa wezi na majambazi. Kwa kifupi kila senti inayoongezeka mfukoni mwako, au katika akaunti yako ya benki hukufanya kuwa windo bora zaidi kwa wahalifu. Tena kila unaponunua pikipiki au gari nzuri, huitangazia dunia kuwa kipato chako kimeongezeka, na hivyo kuwa kivutio kwa majambazi. Kwa hiyo, kama usipochukua tahadhari mafanikio yako yanaweza kuwa sababu ya kufupisha uhai wako, badala ya kuurefusha. Kwa ujumla unaweza kushambuliwa wakati wowote na mahali popote.

Pengine unaweza kufikiri wewe humo katika kundi la walio hatarini kwa sababu huna mali, magari au fedha nyingi kiasi cha kuvutia majambazi. Unaweza kujiaminisha hivyo kwa sababu pengine maisha yako ni ya kawaida sana, wewe ni mkulima tu, mmachinga, au labda mwanafunzi tu katika chuo kikuu au shule ya upili. Kama hayo ndiyo mawazo yako nakuhakikishia unajidanganya sana. Wewe pia uko katika hatari ya kuvamiwa, kuporwa kidogo ulichonacho, na hata kuuawa kama mtu mwingine yeyote. Tena katika muda na mahali usipojua unaweza kuangukia mikononi mwa magaidi; wahalifu ambao hawahitaji fedha wala mali ya mtu yeyote, bali kumwaga damu.

Si hivyo tu, unaweza kuangukia mikononi mwa mwendawazimu mwenye silaha aliyeamua kuua bila sababu yoyote. Katika miaka ya karibuni kumekuwepo na ongezeko kubwa la matukio ya mashambulizi ya risasi katika mashule, sehemu za kazi na hata mabarabarani. Mara nyingi mashambulizi ya aina hii hufanywa na raia wa kawaida wanaofikia maamuzi ya kuua watu wasiokuwa na hatia kwa sababu zao binafsi. Wauaji hawa huwa hawajali umri wala jinsia ya mtu. Huua yeyote anayeonekana mbele yao.

Miaka ya nyuma matukio ya aina hii yalikuwa yakitokea katika nchi zilizoendelea tu, hususan Ulaya na Marekani. Lakini kutokana na maendeleo ya teknolojia na sababu nyinginezo yameongezeka na kusambaa kila mahali. Hivi sasa imekuwa kitu cha kawaida hata katika nchi za kiafrika ikiwa pamoja na nchini Tanzania kuona watu wakiuana. Mfano halisi ni tukio lililotokea jijini Dar es Salaam tarehe 25 August 2021 ambapo kijana aitwae Hamza aliwashambulia kwa risasi polisi na wapita njia na kufanikiwa kuua askari wawili na raia mmoja kabla naye kuuawa na maafisa wa jeshi la polisi.

Ni kwa sababu hizi unatakiwa kulipa kipaumbele cha hali ya juu suala zima la usalama wako binafsi. Kwanza, kwa kutambua kuwa hili ni jukumu lako wewe mwenyewe. Si jukumu la polisi, serikali, mume au mkeo, au mtu mwingine yeyote. Ni jukumu lako binafsi. Pili kwa kuchukua hatua mahususi za kujifunza mbinu sahihi za kuwatambua wahalifu, mbinu wanazotumia, namna ya kujilinda nao, na zaidi ya yote hatua sahihi za kuchukua kama ukishambuliwa na majambazi au wahalifu wengine wenye silaha.

Pengine utajiuliza kuna umuhimu gani wa kujifunza mbinu za kupambana na wahalifu? Kuna haja gani ya kujifunza kujilinda wakati hujui ni lini utavamiwa na majambazi? Na hata kama ukivamiwa unajuaje utakuwa katika hali au mazingira gani? Tena mafunzo haya yatakusaidia nini mbele ya mtu mwenye silaha aliyekusudia kupora mali yako au kukuua?

Kimsingi mafunzo yoyote ya kiusalama huufunza ubongo wako kufanya kile unachopaswa kufanya wakati unakabiliwa na msongo wa akili kutokana na hatari uliyomo. Unapokuwa katika hatari ya aina yoyote ubongo wako hufanya maamuzi ya haraka ili kukusaidia kujiokoa. Ubongo huchukua hatua hiyo bila kujali kama hatari hiyo ni simba aliyejitokeza ghafla, jambazi aliyekuonyoshea mtutu wa bunduki, au nyoka mwenye sumu aliyeingia nyumbani kwako. Ili mradi kuna hatari, ubongo hufanya kazi ya ziada kujaribu kukuokoa kwa kuuamrisha mwili wako aidha kupigana au kutimua mbio ili kujisalimisha. Wana saikolojia huita *fight or flight*.

Katika kufanya hivyo ubongo hutuma taarifa mwilini mwako kuhusu hatua za kuchukua ili kufanikisha zoezi hilo. Mapafu yako huamrishwa huongeza kasi ya kuvuta na kuchuja hewa kiasi cha kukufanya upumue haraka haraka. Moyo huongeza kasi ya mapigo yake ili kusukuma damu kwa kasi zaidi kusafirisha hewa ya oksijeni kwenye ubongo na sehemu nyingine za mwili. Mboni za macho yako hutanuka zaidi kukuwezesha kuona kuliko kawaida. Misuli hujulishwa kwamba muda wa kustarehe umepita hivyo inapaswa kuingia katika mapambano. Hali hiyo hukuwezesha kupigana, kutimua mbio na hata kuruka kitu au sehemu ambayo katika hali ya kawaida usingeweza.

Tatizo ni kuwa wakati huo ubongo huwa kwenye msongo wa hali ya juu mno, na hufanya maamuzi kutegemea uwezo wako wa kimwili na kiakili. Kama wewe ni mtu legelege, usiye na mazoezi, wala uzoefu wowote wa mapambano, ubongo huweza kuzubaa (*freeze*) hali inayoweza kukufanya ushindwe kukimbia au kujiokoa kwa namna yoyote. Bila shaka umepata kusikia habari ya watu waliokutana na simba wakashindwa hata kukimbia. Watu hao hawakuwa wajinga, ila hawakuuzoeza ubongo wao kuchukua hatua sahihi katika dharura kama hii. Lakini kama wewe ni mtu mwenye mazoezi, uliyeifunza akili yako namna ya kukabiliana na hatari, ubongo wako hukusaidia kuchukua hatua ya haraka kujiokoa.

Kwa mfano, ukiwa unatembea kwenye bustani, ghafla ukamuona nyoka mkubwa akikusogelea, mambo mawili yanaweza kutokea. Unaweza kuruka pembeni na kukimbia (*flight*) au kuokota jiwe na kumuua nyoka huyo (*fight*). Mambo haya mawili hutegemea sana ubongo wako umehifadhi kumbukumbu gani kuhusu nyoka, ikiwa pamoja na uzoefu wako wa kushughulika na wanyama au wadudu wa aina hiyo, na au kujiamini kwako. Kama wewe ni mtu uliyezoea kuua nyoka, au kucheza nao bila shaka hutashituka ukimuona mmoja. Lakini kama ni mtu unayeogopa Wanyama hao, au mwenye taarifa mbaya kuhusu nyoka bila shaka utapata mshituko mkubwa zaidi.

Vilevile ukiwa unaendesha gari kwa spidi kubwa, halafu mtoto aliyekuwa akiendesha baiskeli pembeni ya barabara akateleza na kuingia ghafla katikati ya barabara, mambo kadhaa yanaweza kutokea. Unaweza kufunga breki ghafla na kusimama, au unaweza kukata kona kwa tahadhari kubwa na kupita pembeni. Mambo haya mawili yanawezekana kama wewe ni dereva mzuri, mwenye uzoefu mkubwa wa kuendesha gari. Lakini kama huna mafunzo bora au uzoefu mkubwa wa kuendesha bila shaka utamkanyaga, na kama ukifanikiwa kumkwepa unaweza kujikuta ukitoka nje ya barabara au kuangusha gari. Kwa ujumla jambo linaloweza kukuokoa katika mazingira yaliyotajwa hapo juu ni mafunzo uliyoyapata, na mazoea ya kuendesha katika mazingira ya aina tofauti tofauti. Mazoezi hayo huufundisha ubongo wako kufanya maamuzi sahihi katika dharura au mazingira magumu. Ndiyo maana mtu au mnyama akiingia barabarani ghafla bila kufikiri ubongo wake mara moja huuagiza mguu kukanyaga breki au mikono yako kukata kona kumkwepa aliyetaka kusababisha ajali. Lakini kama wewe si mzoefu mshituko unaweza kukufanya ukanyage gia kuongeza spidi ya gari badala ya kukwepa. Ni kwa sababu hii wewe pia unapaswa kujifunza mbinu za kujilinda ili kuuzoeza ubongo wako kufanya maamuzi sahihi endapo utavamiwa na wahalifu.

KWA NINI USHINDWE KUJIOKOA?

Pengine hili ndilo swali muhimu zaidi unalojiuliza wakati huu. Utashindwaje kujiokoa wakati una miguu miwili ya kukuwezesha kukimbia, mikono na viungo kamilifu vya kukuwezesha kupigana, na pengine nguvu za ziada zinazotokana na maumbile uliyonayo au mazoezi ya viungo? Utashindwaje kujiokoa wakati unatembea na silaha ya moto?

Uwezo wa kujiokoa na hatari ya kutisha hutegemea zaidi uwezo wako wa kufikiri na kufanya maamuzi ya haraka na sahihi. Kwa hiyo, jinsi akili yako inavyoitazama au kuipokea hatari inayokukabili, kunachangia kwa kiasi kikubwa uwezekano wa kuishinda hatari hiyo au la. Kama ukiitazama hatari hiyo kwa hofu au kama kikwazo usichoweza kukivuka, bila shaka hutaweza kupambana nayo na kuishinda. Lakini ukiitazama kwa macho ya ushujaa, imani na ujasiri utaweza kupambana nayo na kuishinda. Ni kwa sababu hii aliyekuwa bondia maarufu kuliko wote duniani, na bingwa wa dunia wa mchezo huo katika uzito wa juu marehemu Muhammad Ali alijizoeza kuwazomea na kuwatisha wapinzani wake kabla ya kuingia ulingoni. Kitendo hicho japo kilionekana kama mzaha, kilimuandaa kisaikolojia, na kuwavunja nguvu wapinzani wake, jambo lililomuwezesha kuwapiga kwa urahisi na kuwashinda.

Ukweli huu unajidhihirisha pia kwa kuangalia maisha ya wafugaji wa jamii ya Kimasai wanaoishi na kuchunga mifugo yao katika hifadhi ya Ngorongoro na mbuga ya Serengeti. Pamoja na kuwepo kwa wanyama wengi wa kutisha mbugani humo kama vile chui, simba, vifaru na mbwa mwitu, wamasai hutembea kwa kujiamini bila hofu ya kukamatwa au kuliwa na wanyama hao. Si hivyo tu, kijana wa kimasai (morani) huweza kumkabili simba akiwa na rungu, mkuki na sime tu. Huweza kumpiga, kumnyang'anya windo alilolikamata, na hata kumuua; wakati mtu mwingine asiye wa jamii hiyo angezimia au hata kufa kwa hofu tu ya kukutana na nyamaume huyo.

Kimsingi jinsi unavyoipokea hatari inayokukabili, ndivyo ubongo wako unavyofanya maamuzi ya kukusaidia kukabiliana na tatizo hilo bila wewe kujua. Ukiitazama kwa ujasiri, ubongo wako nao utafanya maamuzi yake vizuri na kukusaidia kuishinda. Lakini ukiruhusu hofu, wasiwasi na fikra za kukata tamaa kukukamata, ubongo wako pia utafungwa na hivyo kukuweka katika hali ngumu zaidi. Utashindwa kufanya maamuzi sahihi ya kujiokoa, na pengine unaweza kupoteza fahamu au kufa kwa hofu tu.

Yuko mtu aliyekufa kwa kudhani ameumwa na nyoka mwenye sumu kali. Lakini uchunguzi uliofanyika baadae ukabainisha kuwa mtu huyo alikanyaga mwiba wa mti uliokuwa pembeni ya nyoka huyo. Maumivu ya mwiba, na hofu ya kumuona nyoka mwenye sumu kali akitoka sehemu ile ile aliyokanyaga mwiba kulimfanya mapigo ya moyo wake kupanda kiasi cha kumuua.

Pengine itakuwa vyema nifafanue hapa kuwa jambo lilelile linaloweza kukupa wewe mshituko kidogo tu linaweza kumfanya mtu mwingine apate kiwewe, mwingine kupata mshituko wa moyo na kufa kabisa, na mwingine anaweza asilione kama ni tatizo hata kidogo. Mtu wa aina hii anaweza kushangaa kusikia eti kuna watu wanaoweza kuzimia au kufa kwa tishio hilo. Rejea mfano wa wamasai uliotajwa hapo juu.

Nasisitiza kuwa kitu kinachoweza kukusaidia kupambana na hatari ni kuishinda hofu. Kama vile wafugaji wa kimasai wanavyoweza kumkabili simba na kumpora windo, wewe pia unapaswa kuufunza ubongo wako kwa usahihi uwezo ulionao wa kumshinda adui yeyote. Kama mmasai anavyomuona simba ni mnyama wa kawaida asiye na tofauti yoyote na mbwa na hivyo kuwa na ujasiri wa kumkabili, wewe pia jenga moyo wa ushujaa na kujiamini kuwa unaweza kushinda hatari inayokukabili.

Kama wewe ni msomaji wa Biblia bila shaka utakuwa umesoma au kusikia habari za kijana mdogo Daudi aliyejitolea kupigana na shujaa wa wafilisti aitwaye Goliati. Kijana Daudi alichukua maamuzi hayo baada ya jeshi lote la Israel kuogopa kumkabili shujaa huyo anayetajwa kuwa na urefu wa futi nane na umbo kubwa la kutisha. Unaweza kujiuliza kwa nini Daudi aliweza kufanya hivyo? Biblia inaeleza kuwa Daudi aliamini kuwa Mungu aliyemuwezesha kupambana na simba na dubu na kuwashinda angemuwezesha pia kushinda vita hiyo. Kumbe wakati wanajeshi wengine wakiangalia ukubwa wa Goliati (tatizo) Daudi aliangalia mafanikio aliyoyapata kutokana na imani yake.

Ili kukusaidia kuelewa kinachoendelea katika ubongo wako wakati wa hatari, wanasaikolojia wa jeshi la Marekani wamesasambua hali mbalimbali (*state*) unazoweza kupitia au kukabiliana nazo. Kumbuka kuwa tatizo hilohilo linaweza kuwafanya watu wawili au zaidi kuwa katika hali tofauti kabisa kutegemea jinsi ubongo wao ulivyozoezwa kukabiliana na hatari.

(a) **Hali Shwari** (*White state*)
Unapokuwa katika hali ya utulivu akili yako huwa imestarehe kwa sababu huna msongo wa mawazo. Katika hali hii ubongo wako huuamuru mwili kupumzika na hivyo kupunguza kiwango cha virutubisho na kemikali zinazotakiwa kuupa mwili wako nguvu ya ziada. Moyo hushusha kasi ya mapigo yako kupunguza kiwango cha damu inayosafirisha hewa ya oxygen na kujiweka katika hali ya utulivu. Kama wewe ni mtu wa kawaida mwenye afya njema katika hali hii moyo wako huwa ukidunda, au tuite kufanya mapigo 60 tu kwa dakika moja (60 bpm). Wataalamu wa saikolojia huita hali hii *white state* ambapo unakuwa katika hali nzuri kimwili na kiakili. Sisi huiita hali shwari

(b) **Mtafaruku** (*Yellow state*)
Hii ni hali ya wasiwasi inayokutoa katika amani na utulivu wa kawaida na kuufanya ubongo wako uingie katika hali ya mapambano. Wasiwasi huo huufanya mwili wako kuhitaji kutumia nguvu ya ziada katika kujiendesha kutokana na hali inayokukabili. Kwa kawaida ubongo huchukua sekunde moja nukta sita tu (1.6) kutambua

jambo lililojitokeza, kulichambua, kufanya maamuzi, na kuuamrisha mwili kuchukua hatua stahiki kulingana na tishio hilo. Hatua hizo zinaweza kuwa kupambana (kupigana) na adui au kutimua mbio ili kujisalimisha. Ili kuuwezesha mwili wako kujitetea, ubongo huamrisha moyo wako kuongeza mapigo ya moyo kuongeza kiwango cha oxygen katika ubongo na misuli yote ya mwili. Hapa mapigo ya moyo wako hupanda hadi kufika 90 kwa dakika moja (90 bpm). Wataalamu wa saikolojia huiita hali hii *yellow state* kuashiria mabadiliko ya kutoka kwenye usalama kuelekea kwenye hatari. Sisi huiita hali ya mtafaruku au changamoto.

Jambo la kutia moyo ni kuwa katika hali hii bado unaweza kuumiliki vyema mwili wako, hata kama utakuwa ukikabiliwa na msongo wa mawazo au sintofahamu. Unaweza kufanya maamuzi mazuri, na ya busara kutegemea dharura au changamoto inayokukabili. Haya yote yanawezekana endapo utajizuia changamoto au hatari iliyo mbele yako isikutie hofu kiasi cha kupandisha zaidi mapigo ya moyo wako na kukuingiza katika *state* nyingine.

(c) **Hali ya Hatari** (Red State)

Mwili wako hujiweka katika hali ya hatari (Red State) wakati tukio linapokuwa likitokea au ukiwa unajua litatokea katika sekunde chache zijazo. Mwili hufanya kazi vizuri zaidi kama ubongo utatuma taarifa kuwa hatari inayokukabili ni kubwa na upo uwezekano wa kupoteza maisha yako au kuumia vibaya. Ili kukusaidia kujiokoa ubongo huachilia kemikali na virutubisho kuupa mwili nguvu ya ziada. Kasi ya moyo wako huongezeka kufikia mapigo 120 kwa dakika (120 bpm). Mapafu huongeza kasi ya kupumua na mboni za macho kutanuka kukuwezesha kuona vyema. Kama wewe ni mtu uliyejifunza kukabiliana na hatari mwili wako huwa tayari kufanya kila utakacho

kuweza kujiokoa kwa sababu misuli hutiwa nguvu ya
ziada kukuwezesha kukimbia kuliko kawaida. Unaweza
kuruka juu au umbali mrefu kuliko kawaida. Unaweza
kupigana au kunyanyua kitu Kizito kuliko uwezo wako.
Kama ukijeruhiwa damu itatoka kidogo tu kwa kuwa
mwili huwa umejiandaa kuizuia damu isitoke zaidi.

(d) **Hali ya Kufa na Kupona** (*Gray State*)
Hali hii hufikiwa wakati tukio la hatari ya kufisha
linaendelea, na huku ukiwa huna matumaini makubwa ya
kujiokoa, au umekata tamaa. Kasi ya mapigo ya moyo
huongezeka kufikia mapigo 150 kwa dakika (150 bpm).
Uwezo wa kufikiri hufifia, macho hushindwa kuona
vyema, na viungo vya mwili kupoteza mawasiliano. Katika
hali hii huwa vigumu kujitetea kwa kukimbia au kupigana
kwani misuli hushindwa kutii amri. Unaweza kujaribu
kukimbia lakini ukajikuta ukianguka chini kila unapojaribu
kusimama. Ukishika kitu kinaweza kukuponyoka. Kama
unaendesha gari, au pikipiki unaweza kujikuta umetoka
nje ya barabara au kusababisha ajali ya wazi kabisa.
Unaweza kujikuta ukitetemeka mwili mzima na hata
kushindwa kuongea. Baada ya tukio kupita unaweza
kujikuta ukishindwa kutoa maelezo ya jinsi tukio
lilivyotokea.

(e) **Hali Tufani** (*Black state*)
Hali hii hufikiwa pale unapokuwa katikati ya hatari
unayoamini huwezi kusalimika kwa namna yoyote.
Mshituko unaotokana na kusogelea umauti hufanya
ubongo kuzidiwa, na hivyo kushindwa kufanya kazi yake
ipasavyo. Moyo huongeza kasi ya mapigo kufikia 175 kwa
dakika (175 bpm) hali inayoweza kusababisha kiharusi, au
kufa ghafla Mwili hukakamaa kwa mshituko, viungo
hugoma kufanya kazi yake, na upo uwezekano mkubwa

wa kupoteza fahamu na hata kufa kwa mshituko. Kwa kifupi hakuna ujanja wowote unaoweza kuufanya ili kujiokoa kama akili yako imejaa hofu kiasi cha kukuingiza katika hali ya tufani. Mbaya zaidi ni kuwa ubongo wako unaweza kukuingiza katika hali ya tufani hata kama uko katika nafasi nzuri ya kujiokoa, na hivyo kukuzuia kufanya hivyo. Unaweza kuwa na silaha ya kufaa mkononi mwako, lakini usiweze kuitumia kwa sababu ya hofu.

Ni kwa sababu hii majeshi yote duniani huhakikisha wapiganaji wake wamezoezwa kuona, kusikia, na kuiishi hatari wanayotarajia kukutana nayo. Makomando huzoezwa kurushiwa risasi ili wanapokuwa katika mapambano wasipoteze muelekeo wanapoona risasi zikirushwa upande wao. Makomando wa kikosi maalum kiitwacho SEAL nchini marekani hufanyishwa mazoezi magumu yanayowasogeza karibu sana na kifo. Makomando hao hufanyishwa mazoezi ya kutupwa baharini au kwenye mto wenye kina kirefu huku wakiwa wamefungwa kamba miguuni na mikononi.

Mazoezi haya huwaondolea hofu ya kuzama, na hivyo kuwawezesha kufanya operesheni za hatari baharini kwa ujasiri mkubwa. Hili ni jambo gumu, lakini si ajabu, kwani hata mbwa aliyezoezwa huweza kuruka na kupenya katika ringi linalowaka moto bila hofu ya kuungua. Wewe pia ni lazima uufundishe na kuuzoeza ubongo wako kuwa tayari kukabiliana na hali ya hatari ili itapokukuta usishikwe na hofu kiasi cha kushindwa kujitetea.

Ili kukusaidia kutimiza lengo hilo, kitabu hiki kitakuelekeza hatua za kuchukua, na mbinu mbalimbali za kujilinda na majambazi, magaidi, vibaka na wahalifu wengine wa kimkakati. Maelekezo haya ni ya msingi, na unapaswa kuyasoma kwa makini sana. Sambamba na hilo anza kuufanyisha ubongo wako mazoezi kwa kutafakari kila hatua unazojifunza ili ufikie kiwango cha kuweza kuwatambua wahalifu haraka iwezekanavyo, kujilinda nao, na kuweza kujiokoa kama ukivamiwa au kutekwa nyara.

———————

UKIVAMIWA AU KUTEKWA NYARA

Ukiangukia mikononi mwa jambazi, gaidi au mhalifu mwingine yeyote unakuwa umeshaingia katika hatari kubwa inayoweza kugharimu uhai wako. Huu ni wakati wa kufa na kupona. Kwa sababu hiyo unahitaji utulivu wa hali ya juu utakaokuwezesha kufikiri kwa makini sana. Kumbuka jinsi utakavyolichukulia tukio hilo ndivyo itakavyousaidia ubongo wako kukuwezesha kujitetea ama kwa kupigana au kukimbia.

Jambo la kwanza unalotakiwa kutambua na kulitilia maanani ni aina ya maadui waliokuvamia na lengo lao. Kama unajua, au umetambua kuwa wahalifu hao ni magaidi wanaokusudia kukuua wewe binafsi au kukuteka nyara, au upo katika eneo ambalo magaidi au muuaji mwenye hasira anafanya mashambulizi ya risasi, mabomu ya kurusha kwa mkono, au anaua watu kwa visu au mapanga chukua hatua za kujiokoa haraka iwezekanavyo. Hatua hizo ni **kukimbia, kujificha**, na, au **kupambana** kufa na kupona.

(i)   **Kimbia** (Salimisha uhai wako)

Hii ni hatua sahihi na ya haraka zaidi unayoweza kuchukua. Kimbia kwa kasi na mbali kadri uwezavyo kutoka eneo lenye mashambulizi kuelekea eneo salama. Zingatia kuwa kukimbia si dalili ya woga, au udhaifu, bali ni hatua sahihi ya kujiokoa na mashambulizi. Kwa kifupi kadri unavyokuwa mbali na eneo la tukio (mashambulizi) ndivyo unavyokuwa katika nafasi kubwa zaidi ya kujiokoa. Wakati ukikimbia usijiendee kama kipofu. Angalia unakoelekea ili kutambua kikwazo chochote kinachoweza kukuangusha, au kukuzuia kutoka katika eneo la hatari. Kama uko ndani ya jengo jitahidi kukimbia kuelekea nje ili uweze kwenda mbali na eneo hilo. Usikimbilie mahali ambapo unaweza kunaswa, au kushindwa kutoka endapo wahalifu watakufuata. Jitahidi kutafuta eneo salama.

Watambue maadui na watu wanaoshirikiana nao kufanya shambulio. Vitu vinavyoweza kukutambulisha kwa haraka bila kuuliza ni pamoja na silaha walizobeba, kama ni bunduki, bastola, mapanga au kitu chochote wanachotumia kuua. Tambua mavazi waliyovaa kama yanafanana au yana kitu chochote kinachoweza kuwatambulisha au kuwatofautisha na wengine. Baadhi ya magaidi huvaa sare zinazofanana na za majeshi ya nchi fulani fulani, au mavazi meusi yanayowasaidia kutoonekana kwa urahisi. Wengine hujifunga vitambaa vyeusi au vyeupe vilivyoandikwa maneno ya dini au itikadi wanazoamini. Hata hivyo idadi kubwa ya wahalifu hawa huvaa mavazi ya kawaida yanayowawezesha kujichanganya na raia wengine wanapokuwa tayari kuondoka kwenye eneo la tukio kukimbilia mafichoni. Vitu vingine vinavyoweza kukusaidia kuwatambua ni pamoja na asili yao, jinsia, rangi ya ngozi zao, nywele, lugha wanayozungumza na kadhalika.

Tambua mahali walipo maadui, eneo wanalofanya mashambulizi, na mahali wanakoelekea. Kufanya hivyo kutakusaidia kukimbilia mahali salama badala ya kuelekea eneo waliko maadui. Kama huna hakika usiende hovyo. Jifiche mahali salama na sikiliza kelele za watu wengine walio katika hatari kama wewe. Tambua uelekeo wa watu hao, na kujiridhisha kuwa ni salama kabla ya kuamua kuwafuata. Usimfuate mtu mwenye hofu, aliyechanganyikiwa, au anayekimbia hovyo bila kujua anakoelekea. Kufanya hivyo kunaweza kukutia matatani.

Unapokuwa katika kujiokoa jaribu kumsaidia mtu mwingine yeyote anayeonekana kuzidiwa au kuishiwa nguvu. Kama ilivyoelezwa katika kurasa zilizotangulia watu wengine huingiwa na hofu kuu kiasi cha kushindwa kukimbia, na wengine hufikia kuzimia. Hata hivyo mtu wa aina hii kama akishikwa mkono, kutiwa moyo au kupewa maneno ya faraja anaweza kupata nguvu na kujiokoa. Kwa hiyo umuonapo mtu wa aina hii usimpite, msaidie. Lakini chukua tahadhari asikucheleweshe kiasi cha kukutia matatani. Kuwa tayari kusaidia lakini usijitie ushujaa utakaosababisha upoteze maisha yako au ya wengine.

Kama mashambulizi yamekukuta ukiwa na familia yako usiiache nyuma. Jitahidi kadri uwezavyo kumsaidia mke au mume wako na watoto. Hakikisha unapokimbia huwaachi nyuma watoto wako. Kama ni wadogo wabebe ili uweze kukimbia nao. Kama ni wakubwa kiasi cha kutosha watangulize mbele, au kimbia nao sambamba huku ukiwapa maelekezo ya mahali unapotaka mwende.

Kama mmojawapo akianguka usimuache. Mrudie na kumuinua, au kumbeba ili uweze kumuokoa. Kumbuka endapo maadui wakimkamata mmoja wa wana familia yako, wanaweza kumtumia kama chambo cha kukunasa.

(ii) Jifiche Mahali Salama

Kama mazingira ya mahali au tukio lenyewe hayakuruhusu kukimbia au kuondoka eneo la hatari, jifiche mahali ambapo mhalifu au mshambuliaji hatakuona. Chagua eneo lolote litakalomzuia mhalifu kukuona au kukushambulia kwa risasi au silaha yoyote aliyonayo. Haijalishi ni mahali gani utakapojificha, ili mradi kama unaweza kujisitiri kwa muda bila kudhurika na au kuonekana na wahalifu mahali hapo panafaa. Kumbuka lengo la kujificha ni kujihifadhi kwa muda tu ili wahalifu wasikuone na kukushambulia. Kama shambulio limefanyika katika jengo unaweza kujificha kwenye chumba chochote kinachofaa iwe jiko, choo, bafu au stoo. Kama mhalifu anapiga risasi hovyo jifiche nyuma ya kitu kigumu kitakachosaidia kuzuia au kupunguza nguvu ya risasi. Kitu hicho kinaweza kuwa meza, kabati, beseni (sink) la kuogea, ukuta wa matofali au zege na kadhalika.

Ukiingia ndani ya chumba funga mlango kwa funguo au komeo, kisha weka vitu vizito mlangoni hapo kuzuia mhalifu asiingie kwa urahisi. Unaweza kutumia makabati, sofa, meza na vifaa vingine vya ndani kama kizuizi cha mlango. Baada ya kuimarisha kizuizi cha mlango tafuta mahali salama ndani humo utakapoweza kujihifadhi bila kuonekana kutoka nje kupitia dirishani. Endelea pia kuangalia namna nyingine ya kujiokoa endapo wahalifu

watagundua kuwa umo ndani ya chumba hicho na
kujaribu kuvunja mlango au kukuangamiza kwa namna
nyingine. Kama dari la nyumba limetengenezwa kwa
maboksi au mbao nyepesi tafuta uwezekano wa kutoboa
ili kutengeneza nafasi itakayokuruhusu kuingia na kupita
juu darini hadi chumba kilicho salama zaidi, au
kitakachokuwezesha kutoka nje na kukimbia.

(iii) **Pambana kufa na kupona.**
Kama mahali au mazingira uliyopo hayakupi mwanya wa
kukimbia au kujificha, na unaamini kuwa mhalifu
anayekushambulia amekusudia kukutoa uhai wako usikate
tamaa. Pambana kufa na kupona kujaribu kuokoa maisha
yako. Nasisitiza kuwa uamuzi huu unatakiwa kuuchukua
kama njia nyingine zote za kujiokoa zimeshindikana, na
una hakika mhalifu huyo kwa vyovyote vile hatakuacha
hai. Pengine ni gaidi uliyemuona akimuua kila mtu
aliyejitokeza mbele yake, au mshambuliaji mwenye silaha
anayepiga risasi hovyo bila kujali aliyeko mbele yake au
zinayempata. Kama maadui ni zaidi ya mmoja kuwa
muangalifu zaidi. Usimshambulie mmoja wakati mwingine
yupo katika sehemu anayoweza kukupiga risasi au
kukudhuru kwa namna yoyote ile.

Unapoamua kupambana, usimpe muda adui yako
kuhisi kwamba umeamua kupambana nae. Mshambulie
kwa pigo la nguvu kichwani au shingoni kabla hajakuona
au kufikiria kushambuliwa. Tumia kitu chochote kizito na
kinachoweza kubebeka kama silaha ya kumpiga nayo.
Hakikisha unampiga kwa nguvu na mara nyingi mpaka
utakapoona ameishiwa nguvu. Kama uko ndani ya jengo

unaweza kutumia kiti, meza ndogo, mbao, chupa tupu au yenye kinywaji na kadhalika. Kama uko nje unaweza kutumia jiwe, kipande cha tofali au kitu chochote unachoweza kukipata kwa urahisi.

Zingatia kuwa wakati huo ubongo wako utakuwa umekamatwa na msongo wa mawazo wa hali ya juu kutokana na ukubwa wa hatari inayokukabili. Hata hivyo jitie moyo kwa kujiambia kwamba hutakufa bali utaishi kuiona siku nyingine. Jitie moyo kwamba utajiokoa na kuiona tena familia yako ukiwa mzima. Kamwe usiruhusu msongo wa mawazo kukukamata kiasi cha kukuingiza katika 'hali ya tufani' itakayokufanya upoteze fahamu kwa hofu au ushindwe kujitetea kabisa.

UKIVAMIWA NA MAJAMBAZI

Kama wavamizi hao hawana shida na wewe binafsi, lengo lao ni fedha au kitu kingine cha thamani kisicho chako, jua usalama wako ni mkubwa zaidi. Katika hali ya kawaida majambazi hawapendi kuua kwani kufanya hivyo huchochea uwezekano wa polisi na raia kuwatafuta kwa bidii zaidi. Kwa hiyo kama majambazi wamevamia benki, au duka maarufu kwa lengo la kupora fedha si rahisi kukuua au kukujeruhi kama hutaonesha dalili ya kutaka kuwazuia uporaji wao. Lakini kama wewe ndiye meneja wa benki, au mwenye mali wanayotaka kupora, kuna uwezekano mkubwa wa kujeruhiwa na hata kuuawa kama hutataka kuonesha ushirikiano, au kuwapa fedha au mali wanayoitaka.

Ili kuokoa uhai wako, tii maelekezo yote

yanayotolewa na wahalifu hao bila kujali kama lengo lao ni kupora mali yako binafsi, ya serikali, au ya mtu mwingine. Kufanya hivyo kutawafanya majambazi wachukue wanachokitaka na kuondoka haraka bila kumwaga damu ya mtu yeyote. Zingatia kuwa kila dakika unayokuwa mikononi mwa wahalifu hawa unakuwa katika hatari ya kujeruhiwa au kuuawa.

Kosa kubwa unalotakiwa kuliepuka wakati ukiwa mikononi mwa majambazi, ni kukataa kutii amri au maelekezo ya majambazi kwa kudhani kuwa wewe huhusiki na lolote linaloendelea hapo kwa vile wewe si mfanyakazi wa benki au mmiliki wa eneo lililovamiwa. Uzoefu wa matukio mengi yaliyopita unaonesha kuwa majambazi wasio na kisasi huwaacha huru, bila kuwajeruhi watu wote wanaoonesha kufuata maelekezo yao bila ubishi.

Kwa usalama wako na wale walio pamoja nawe, jitahidi kuwa mtulivu, na msikivu na mwenye subira wakati wote. Usifanye jambo lolote kwa papara kwani kufanya hivyo kunaweza kuwalazimisha majambazi kukuua au kukujeruhi. Zingatia kwamba majambazi huwa na hofu kubwa ya usalama wao hivyo huweza kumjeruhi mtu yeyote atakayeonekana kujifanya mjuaji au kuomba msaada wa polisi au jirani.

Tuliza akili yako na fikiria hali uliyonayo wakati huo tu. Usianze kufikiria habari za mambo yatakayotokea endapo ukiuawa au kujeruhiwa kama vile hali ya familia yako, na mali zako. Kufanya hivyo kunaweza kupandisha mapigo ya moyo wako zaidi na kukufanya upoteze fahamu au ushindwe kufikiria vyema. Amini utatoka katika tatizo hilo. Onesha ushirikiano kwa kuwapa fedha na vitu vyovyote vya thamani wanavyo vitaka. Usibishane wala kujifanya una nguvu au uwezo wa kuwashinda nao. Kufanya hivyo kunaweza kuchochea hasira yao, au woga utakaowalazimisha kukujeruhi ili kujilinda. Kumbuka msemo wa kiswahili "Mbwa aliye hai ni bora kuliko simba aliyekufa". Usijitie ushujaa utakaokutia matatani.

Usipige simu polisi wakati majambazi wakiwepo, au wakiwa wanakuona; kufanya hivyo kunaweza kuwa sababu kubwa ya wahalifu kuamua kukuua au kukujeruhi. Kabla ya kufanya jambo lolote lisilo la kawaida waombe ruhusa majambazi na waeleze jambo unalotaka kufanya. Kwa mfano, kama unataka kutoa fedha kwenye kabati, droo ya kitanda au *dashboard* ya gari waeleze kusudio lako na subiri wakuruhusu. Vinginevyo majambazi wanaweza kukuua kwa kudhani unataka kuchukua silaha ya kuwadhuru.

Waangalie kwa makini wahalifu hao, na kariri alama muhimu zitakazo kusaidia kuwatambua. Ili kuweza kuwakumbuka kwa urahisi jaribu kuwafananisha na watu wengine maarufu unao wafahamu. Kariri alama za kudumu zilizo katika miili yao, mavazi, viatu walivyovaa, na aina ya silaha walizonazo. Sikiliza kwa makini kila neno au jambo wanalozungumza, na kukumbuka alama au ishara wanazo oneshana, au majina wanayoitana. Uzoefu wa matukio yaliyo tangulia unaonesha kuwa mara nyingine majambazi hujisahau na kuropoka taarifa muhimu na mara nyingine hata kutaja majina ya washirika wao au sehemu wanayo paswa kukutana baada ya uporaji. Ingawa mara nyingine majambazi hufanya hivyo makusudi ili kuwahadaa polisi, bado taarifa hizo huwa ni muhimu na zinaweza kusaidia katika uchunguzi.

Usitoe au kuonesha silaha yoyote inayoweza kutumiwa na majambazi kukudhuru wewe mwenyewe. Kama umebeba silaha hakikisha unao utaalam wa kutosha kuhusu matumizi ya silaha hiyo. Usithubutu kuionesha au kuitumia kama kitisho kwa namna yoyote ile. Zingatia kwamba wakati huo wahalifu hao ndio wanashikilia maisha yako na wanaweza kukufanya chochote. Kama majambazi wamewahi kukuweka chini ya ulinzi wakiwa na bunduki au bastola mkononi mwao usijaribu kutoa silaha yako. Utakuwa salama zaidi kama majambazi wataamini huna uwezo wa kuwadhuru. (Katika kurasa za mbele tutachambua kwa kirefu namna ya kujilinda kwa silaha).

TAARIFA KWA POLISI

Mara tu baada ya tukio piga simu polisi na kama kuna watu wengine walioshuhudia tukio waombe wasiondoke ili washiriki katika kutoa maelezo kwa polisi. Zingatia kwamba kila taarifa ya mtu aliyeshuhudia tukio ni muhimu sana hata kama taarifa hiyo inapingana na jinsi wewe ulivyoona au kushuhudia tukio. Upo uwezekano wa polisi kufika katika eneo la tukio kabla wahalifu hawajaondoka, au muda mfupi tu baada ya kuondoka. Jiandae kwa lolote linaloweza kutokea polisi wakifika.

Kama una silaha, uliyoitumia katika mapambano na wahalifu, au uliyoitoa baada ya wahalifu kuondoka ihifadhi kabla polisi hawajafika. Mara nyingi polisi wanapokwenda eneo la hatari hujiandaa kwa mapambano, na huwa tayari kumshambulia mtu yeyote mwenye silaha mkononi kwa kuamini ndiye muhalifu. Kama una silaha ndogo ifiche kiunoni, na kama wahalifu walidondosha au waliacha silaha kubwa mahali hapo kwa namna yoyote ile usiiguse. Iache mahali ilipowekwa mpaka maafisa wa usalama watakapokuja. Hata hivyo kaa mbali nayo ili polisi wasifikiri wewe ndiye muhalifu au unataka kuwashambulia.

Usiguse kitu chochote kilichoshikwa au kuguswa na wahalifu. Kufanya hivyo kunaweza kuharibu alama za vidole (*fingerprints*), au DNA zilizoachwa na wahalifu hao. Alama hizo ni muhimu mno kwa uchunguzi wa kipolisi, na zinaweza kuwa msaada mkubwa wa kuwapata wahalifu waliokuumiza kisaikolojia na au kiuchumi. Kwa hiyo kama tukio la uhalifu limefanyika nyumbani au sehemu yako ya biashara jitahidi kulinda kila alama iliyoachwa na wahalifu.

Zingatia kuwa baadhi ya alama zitakuwa zikionekana waziwazi kwa macho hivyo itakuwa rahisi kwako kuzilinda zisiguswe au kuondolewa. Vitu kama vile vichungi vya sigara, alama za viatu, soksi za mikono na kadhalika au kitu chochote ulichoona wakikishika. Changamoto inaweza kuwa katika kulinda alama au ushahidi usioonekana kwa macho. Vitu kama alama za vidole, alama za viatu au nyayo, vishika DNA (mate, nywele, ngozi ya mwili) n.k.

Kurahisisha ulinzi wa alama hizi weka kizuizi, au uzio wa kamba kuzuia mtu yeyote asiingie katika eneo la tukio. Kama uhalifu ulifanyikia ndani funga mlango, na usiruhusu mtu yeyote kuingia mpaka polisi watakapofika.

Pia usiruhusu mtu yeyote kuchukua kitu chochote au kusafisha damu na uchafu mwingine uliotokana na uvamizi huo. Subiri mpaka polisi watakapofika na kukupa maelekezo. Polisi watakapofika wanaweza kuwakamata watu wote na kuwaweka chini ya ulinzi. Tii kila amri itakayotolewa na askari, na fuata maelekezo yao. Mara nyingine polisi wanaweza kuamua kuwafunga pingu, kuwaamuru kulala chini, na au kukutaka uvue shati ili kuangalia kama una silaha au la! Tii maagizo yote bila shuruti. Kumbuka wakati huo polisi nao watakuwa kwenye msongo wa akili kama wewe kwani nao ni wanadamu. Wasiwasi wao unaweza kuwa mkubwa zaidi kama watu waliotenda kosa wana historia ya kushambulia polisi. Tii maagizo yao ili kupunguza msongo wa mawazo kwenu nyote.

Wakati wa kutoa taarifa usiwashawishi watu wengine kuamini kwamba taarifa yako pekee ndiyo sahihi zaidi. Mara nyingi watu wasiofahamu hufanya kosa la kukaa pamoja na kupanga maelezo ya kuwaambia polisi wakifikiri kufanya hivyo kunasaidia kutowachanganya polisi. Jambo hilo ni kosa kubwa. Uchunguzi uliofanywa na wataalamu wa saikolojia unaonesha kuwa ni kitu cha kawaida kwa watu walio shuhudia tukio la kutisha (*traumatic event*) kukumbuka vitu tofauti na mara nyingine visivyo lingana na ukweli halisi wa tukio lenyewe. Kitendo cha kupanga maelezo kunaweza kuwafanya mkubaliane kitu kisicho sahihi. Ni muhimu sana kila mtu atoe maelezo yake binafsi, bila kushawishiwa ili polisi waweze kuyafanyia uchunguzi na kuunganisha nukta.

Shirikiana na watu wengine kuhakikisha watu walio jeruhiwa wanapatiwa matibabu ya haraka. Majeruhi wapelekwe katika zahanati iliyopo karibu ili waweze kupatiwa huduma ya kwanza kabla ya kukimbizwa katika hospitali kubwa kwa matibabu zaidi. Kama kuna mtu ambaye jeraha lake linavuja damu apatiwe huduma ya kwanza katika eneo la tukio ili kuzuia damu isiendelee kuvuja zaidi.

Kabla ya kuanza kutoa maelezo yako kwa polisi jitahidi kukumbuka jinsi tukio lilivyotokea toka mwanzo hadi mwisho. Andika taarifa zote muhimu kwenye karatasi au kitabu cha kumbukumbu ili usisahau taarifa hizo. Andika majina ya watu, maeneo na vitu vingine vyote vinavyohusu wajihi wa majambazi na mazungumzo yao. Kama ulivamiwa ukiwa dukani, ofisini, au nyumbani, toka nje ili polisi watakapofika wajue kwamba majambazi wameshaondoka.

Wape polisi maelezo kamili bila kuongeza chumvi au kupunguza matukio unayodhani hayana maana. Eleza kila kitu na waachie polisi waamue lipi ni muhimu kwao, na lipi halina maana. Usitoe maelezo kwa mtu yeyote kuhusu kiasi cha fedha au mali iliyoibiwa na majambazi. Kufanya hivyo kunaweza kuwasaidia majambazi wengine kujua uwezo wako wa kifedha na kushawishika kupanga shambulio lingine baadae.

Baada ya tukio usijipe jukumu la kutoa taarifa za tukio katika vyombo vya habari au kupost katika mitandao ya kijamii (facebook, twitter na kadhalika). Endapo waandishi wa habari watakufuata kutaka kujua habari za ndani kuhusiana na tukio hilo waambie wazungumze na polisi, au maafisa wa idara ya upelelezi wanaoshughulikia kesi hiyo kwanza.

UKITEKWA NYARA

Mara nyingi tukio la utekaji nyara hufanyika nyumbani, kazini, kituo cha basi, mtaani, au sehemu nyingine ya wazi ambapo watu wengine huwa wakiendelea na shughuli zao za kawaida. Lengo la watekaji huwa kumkamata mtu wanayemtaka, na kukimbia naye haraka iwezekanavyo kwenda kumficha. Kwa sababu hiyo kitendo cha utekaji nyara hufanyika kwa spidi ya hali ya juu. Mara nyingi huwa chini ya dakika moja.

Ili kuhakikisha tukio hilo linafanyika kwa mafanikio, na kwa usalama, magaidi wanaweza kutumia bastola, sindano ya sumu, tindikali, au silaha nyingine yoyote kukutishia ili usipige kelele kuomba msaada, na pia kukushurutisha utii maelekezo yote wanayokupa. Kwa vile wakati wa utekaji nyara magaidi huwa katika msongo wa hali ya juu, kipindi hiki huwa ndio kipindi bora zaidi kwako kujitetea. Unaweza kujitetea kwa kufanya mambo yafuatayo:

(a) Piga kelele kuomba msaada
Piga kelele kwa sauti ya juu kadri uwezavyo kuwajulisha watu wengine kuwa uko katika hatari. Kufanya hivyo kunaweza kusaidia majirani au wapita njia kuja kukupa msaada. Aidha kelele zako zinaweza kuwatisha wahalifu kiasi cha kuwafanya wakimbie. Katika hali ya kawaida wahalifu hususan wanaokusudia kumteka mtu

kimyakimya kwa lengo maalum huwa hawapendi kufanya jambo la kuvutia maaskari au watu wengine wanaoweza kujitolea kumsaidia muhanga. Pamoja na hilo, wahalifu pia huwa hawapendi kuonekana na watu wanaoweza kujitokeza kuwa mashahidi mahakamani, endapo mambo yakienda kombo na kukamatwa.

(b) Toa ishara bila kuzungumza

Kama huwezi kupiga kelele fanya jambo lingine lolote linaloweza kuwajulisha walioko karibu kuwa uko hatarini. Onesha ishara kwa mikono, kichwa, au kwa namna yoyote ile kuwaelekeza watu hao wapige simu polisi, au kuchukua hatua nyingine muhimu ya kukusaidia. Ishara mojawapo maarufu inayoweza kutumika kuwajulisha watu kuita polisi ni kuweka mikono yako nyuma na kisha kufunga kiganja na kukifungua mfululizo kama taa inayowaka na kuzima mfululizo (kimulimuli). Ishara hii hutumika sana katika nchi zilizoendelea hususan Marekani. Kama mahali ulipo hakuna watu wengi, au mazingira hayakupi nafasi ya kutoa ishara kwa watu wengine, kuwa mtulivu na fuata maagizo yote yanayotolewa na wateka nyara.

(c) Dondosha vitu vya kukutambulisha.

Hebu jiulize jambo gani litakujia kichwani kwako kama ukirudi nyumbani kwako na baada ya kufungua mlango tu ukaikuta pochi ya mke au mumeo ikiwa sakafuni, na vitu vyake muhimu vimesambaa hovyo hapo chini. Halafu wakati ukiwa unashangaa shangaa, macho yako yanaenda moja kwa moja kwenye vipande vya chupa au glasi iliyovunjika vikiwa karibu na mlango wa kuingilia chumbani kwenu. Utajisikiaje?

Kama una watoto wadogo bila shaka utahisi wao ndio waliofanya uharibifu huo, lakini pamoja na hilo utajiuliza kwa nini wakubwa hawakuweka mambo sawa kabla hujarudi? Na kama huna watoto basi akili yako itakujulisha mara moja kuwa jambo kubwa na la hatari limetokea nyumbani hapo. Kama wewe ni mtu mwenye akili timamu bila shaka mara moja utaanza kuchukua hatua stahiki.

Mfano huu mdogo unafundisha hatua nyingine muhimu unayoweza kuchukua ili kuwajulisha wengine kuwa uko hatarini. Kwa hiyo, ikitokea watekanyara wamekufuata nyumbani kwako, kazini, hotelini, au mahali pengine unapojulikana, na hakuna mtu aliye karibu kushuhudia tukio hilo, dondosha vitu au kitu chochote kitakachowashitua watu watakaokiona kiasi cha kuwafanya wahisi uko hatarini. Kitu hicho kinaweza kuwa kitambulisho, nguo, mafaili, au kitu kingine chochote kitakachofanya mtu atakayekiokota afikirie kukutafuta. Kama wahalifu wanakuburuza kwa nguvu tumia nafasi hiyo kupindua meza, kuangusha picha za ukutani, au kitu chochote kitakachofanya mwanafamilia, muhudumu wa hoteli, au mtu mwingine yeyote atakayeingia ndani hapo ahisi ilitokea vurugu au jambo lingine lisilo la kawaida.

Baada ya kukudhibiti na kukuingiza katika gari, watekaji watafanya jitihada ya kukusafirisha haraka kwenda mahali walipoandaa kukutunza. Mkiwa njiani wanaweza kukuziba macho kwa kukufunga kitambaa usoni, kukutia kwenye gunia kama mzigo, kukufungia kwenye buti ya gari, kukunywesha pombe, au kukuchoma sindano ya madawa ya kulevya. Sababu kubwa ya kufanya hivi ni kukuchanganya ili usijue unakopelekwa, na kukudhibiti kimwili na kisaikolojia. Ikitokea hivyo kuwa mvumilivu na usifanye jambo lolote linaloweza kuwafanya wakujeruhi au kukuua kwa bahati mbaya. Zingatia kuwa sababu ya wao kukuchukua mateka ni kuwa wewe ni mtu muhimu sana kwao. Wanakuhitaji kwa sababu fulani. Hivyo hawawezi kukuua mpaka lengo lao litakapotimia, isipokuwa kama lengo lao ni kukuua huku wakikurekodi kwenye video au kuonesha tukio hilo mubashara.

Pamoja na hofu au msongo mkubwa wa mawazo utakaokuwanao jitahidi kutulia. Usifanye uamuzi wowote utakaokutia matatani. Usijaribu kutoroka kama hali halisi au mazingira uliyopo hayaruhusu. Kufanya hivyo kunaweza kuwalazimisha wateka nyara kukuua au kukujeruhi vibaya. Okoa maisha yako, na epuka mateso kwa kutii amri na maagizo yote unayopewa na watu waliokuteka nyara.

Jitahidi kutambua lengo na nia ya wateka nyara. Kama unaweza, anzisha mazungumzo nao kwa kuwauliza maswali ya kawaida kwa utulivu huku ukijitahidi kutambua mambo yanayowagusa kama vile dini, michezo, familia, siasa na kadhalika. Mazungumzo yanaweza kukusaidia kujenga ukaribu na wateka nyara na hivyo kupunguza kasi ya kukutendea mambo maovu.

Katika mazungumzo yako onesha dalili za kuwa tayari kushirikiana nao ili kumaliza tatizo lililosababisha utekwe nyara. Hata hivyo jihadhari kusema maneno au kufanya jambo linaloweza kufupisha matumaini yako ya kuwa hai. Kama kuna taarifa muhimu wanayoitaka kutoka kwako usiitoe haraka. Tafuta sababu yoyote ya kukufanya uendelee kuvuta muda huku ukiendelea kujenga imani na matumaini ya kujiokoa au kuokolewa.

Sikiliza kwa makini mazungumzo ya wateka nyara na kuyatafakari kwa kina. Tafakari kila neno unalolisikia ili uweze kujua kama wateka nyara hao wanakusudia kukuachia huru au kukuua baada ya kukamilisha malengo Kama una kila sababu ya kuamini kwamba baada ya kukamilisha lengo lao, au kupata kitu wanachohitaji watu hao watakuua, jitahidi kufanya kila uwezalo kuwachelewesha au kuzuia kupata kitu wanachokitaka. Aidha usikubali kirahisi wateka nyara kukutumia wewe kama chambo cha kukamata mateka au kuua watu wengi zaidi. Jitahidi kuzuia umwagaji damu mkubwa zaidi.

Kwa usalama wao, wateka nyara wanaweza kukuhamisha toka sehemu moja kwenda nyingine kila baada ya muda fulani. Kama ikitokea hivyo jitahidi kutambua kila eneo au sehemu uliyofungiwa. Jitahidi pia kutambua njia, na maeneo unayopitishwa. Kama wateka nyara wamekufunga kitambaa usoni kukuzuia usione, au wamekufungia katika gunia au buti ya gari kiasi cha kutoweza kutambua njia na maeneo unayopitishwa jitahidi kutumia milango mingine ya fahamu kutambua maeneo unayopitishwa.

Tumia masikio yako vema kusikiliza na kutambua maeneo unayopita. Kwa mfano, kelele za watu, nyenzo za kazi na ngurumo za mitambo zinawe kukuashiria kuwa upo katika eneo la viwanda, sauti za ndege na wanyama zinaweza kukuonesha kuwa uko karibu na hifadhi ya Wanyama pori (Zoo), msituni, au nje ya mji; miungurumo ya aeroplane zinazotua na kupaa inaweza kukuonesha kuwa uko karibu na uwanja wa ndege, na miungurumo ya magari yanayopita kwa kasi inaweza kukuashiria kuwa upo karibu na barabara kuu.

Tumia pua kutambua harufu mbalimbali za maeneo unayopitishwa au kuwekwa (k.m harufu ya pombe inaweza kukuashiria kuwa karibu na kiwanda cha bia, harufu ya takataka inaweza kukupa hisia kuwa upo karibu na dampo, harufu ya matunda kama ndizi na embe inaweza kukupa hisia kuwa upo karibu na soko au ghala la matunda n.k).

Ikitokea umepitishwa katika eneo au mazingira yanayofanya watu wengine zaidi ya wateka nyara wakuone, tumia kila njia, au uzembe wowote utakaofanywa na wateka nyara kuwajulisha watu wengine, kuwa hauko salama. Onesha ishara yoyote itakayowajulisha waliopo kuwa unahitaji msaada wa vyombo vya usalama, au umetekwa nyara na uko hatarini.

Usiwaoneshe wateka nyara wako dalili yoyote itakayo wafanya wahisi kwamba unakusudia kutoroka, kupiga simu polisi, au kufanya kitendo kingine chochote kinachoweza kuwatia matatani. Fuatilia kila hatua ya mazungumzo inayoendelea kati ya wateka nyara na upande wa pili (k.m familia yako, serikali, kikundi kinacho kuwakilisha) ili uweze kujua mapema maamuzi yanayoweza kufanywa na wateka nyara kufuatia mazungumzo husika.

Kama watu hao wakitaka kukuhoji usikatae, zungumza nao polepole na kwa kujiamini. Usilalamike, kutoa kashfa, au kupinga amri yoyote unayopewa hata kama ni ya kijinga. Usifanye ubishi au kubadilisha

badilisha maelezo yako. Jibu maswali yao kwa kifupi kadri unavyoweza. Kama magaidi watataka kukurekodi kwenye mkanda wa video na kuutuma kwa ndugu zako, washirika wako, serikali, au vyombo vya habari hakikisha katika maelezo yako unaeleza bayana kwamba hayo ni madai ya magaidi. Usieleze habari zitakazokutia wewe mwenyewe kwenye matatizo na usikubali shutuma zozote zinazoelekezwa dhidi yako hata kama ni za kweli. Endapo watakupa maelezo kamili, au karatasi ya kusoma wakati wa kurekodi mkanda wa video fuata maagizo yao kama wanavyotaka.

Kula chakula utakachopewa hata kama hujisikii kula, au chakula chenyewe hakina ladha uliyoizoea. Kama hukufungwa jiwekee ratiba ya kufanya mazoezi ya mwili na akili ili kupunguza msongo wa mawazo. Usiogope kuomba maji, chakula, au vifaa vingine vinavyoweza kukusaidia kukupunguzia maumivu, au kukufanya ujisikie vizuri zaidi. Kwa mfano kama sehemu uliyowekwa kuna mbu usiogope kuomba chandarua, au dawa ya kukusaidia usiumwe na mbu. Kama umelazwa chini jaribu kuomba godoro au shuka ya kujifunika, Tengeneza mazingira ya kuwafanya magaidi waendelee kukuona nawe ni binadamu kama wao na hivyo kupunguza kukufanyia ukatili.

POLISI WAKIJA KUKUOKOA

Kwa kawaida magaidi huwaacha huru mateka wao baada ya madai yao kutimizwa, au kufikia makubaliano. Katika mazingira mengine magaidi humuachia huru mateka wao hata kabla ya haja zao kutimizwa ili mradi kama watakuwa wameridhika kwamba ujumbe waliotaka kuufikisha umefika, au kama wataona wako katika hatari ya kukamatwa. Mara chache magaidi huendelea kuwashikilia mateka kwa muda mrefu (hata mwaka) na hivyo kuwafanya polisi, au makomando kufanya operesheni ya uokoaji.

Kwa vile operesheni ya uokoaji mateka ni ngumu, na huweza kusababisha watu wengine kupoteza maisha (ikiwa pamoja na mateka, askari na magaidi) mara nyingi serikali hutumia njia nyingine zote kuweza kufikia suluhisho la mgogoro husika kabla ya kuamua kutuma majeshi kufanya uokoaji. Endapo serikali itachukua uamuzi wa kutuma kikosi cha waokoaji ni wajibu wako wewe binafsi (mateka) kujiandaa ki mwili na kisaikolojia kuhimili mikiki na vitisho vya uokoaji.

Jizoeze kutambua nyendo za wateka nyara ikiwa pamoja na namna wanavyojipanga kulinda nyakati za mchana na usiku. Unaweza kujua nyendo hizo kwa kusikiliza mazungumzo yao (kama inawezekana), na vishindo vya hatua za walinzi wanaozunguka. Tambua muda wanaolala, kuamka, kula chakula na kufanya vikao au kuzungumza na nduguzo au serikali kushinikiza madai yao.

Ikitokea maafisa wa usalama, jeshi au polisi wamevamia jengo, au mahali ulipowekwa kwa lengo la kukuokoa usikimbie. Lala chini huku ukiwa umeweka mikono yako kichwani au mahali inapoonekana bila kizuizi. Kama umefungwa hakikisha wana usalama wanaona kamba au minyororo iliyokufunga haraka iwezekanavyo. Kama mazingira uliyopo hayakuruhusu kulala chini, baki ukiwa umesimama, lakini weka mikono yako juu au kifuani. Inamisha kichwa na onesha wazi kuwa huna silaha yoyote. Kuwa tayari kujitambulisha kwa jina au ishara nyingine yoyote itakayo wawezesha polisi, au maafisa usalama kukutambua kwa haraka. Fuata maagizo mengine yote yatakayotolewa na maafisa hao.

TAARIFA KWA WAOKOAJI

Ni kawaida kwa mtu aliyevamiwa au kutekwa nyara na majambazi kuchanganyikiwa, kupata kihoro, na hata kupoteza fahamu. Hali hiyo hutokana na hali ya ubongo kuingia katika tufani kama ilivyokwisha elezwa. Hofu yako inaweza kuwa kubwa pia endapo katika tukio utalohusika wahalifu watafanya mauaji, au kujeruhi baadhi ya wanafamilia, au watu wengine watakaokuwepo wakati wa tukio. Jitahidi kutulia kwa kadri uwezavyo. Endelea kuweka kumbukumbu za matukio yote kichwani mwako ili baadae uweze kutoa maelezo fasaha kwa watumishi wa vyombo vya dola watakaokuja kukuhoji. Waeleze kila jambo uliloliona, kusikia, au kuambiwa na wateka nyara wakati wakiwa katika kutekeleza uhalifu wao. Kumbuka kila neno au tendo ni muhimu na linaweza kusaidia katika upatikanaji wa wahalifu hao, washirika wao, pamoja na mali walizopora.

Unapotoa taarifa usichanganye habari za matukio halisi na hisia au mawazo yako binafsi. Eleza kwa kina taarifa za tukio hatua kwa hatua, na baada ya hapo unaweza kuwaeleza polisi hisia zako kuhusu mambo unayodhani yanaweza kufanywa au yamefanywa na majambazi hao kutokana na kauli zao, mwenendo au maelekezo waliyokuwa wakipeana. Hakikisha wana usalama wanaelewa tofauti ya maelezo halisi ya tukio na hisia zako binafsi. Ili kuwapa urahisi polisi kufanya kazi yao, hakikisha maelezo yako yanajumuisha mambo yafuatayo:

(a) Maumbile ya wahalifu:
Eleza kwa utulivu na ufasaha mkubwa maumbile, sura, jinsia, alama za mwilini na mambo mengine muhimu yanayoweza kuwasaidia polisi kumtambua kila jambazi.

(b) Mavazi:
Eleza kwa kina nguo, viatu, vinyago (*mask*) soksi za mikononi, (*gloves*), na mavazi mengine yote aliyovaa kila jambazi. Tambua rangi, na alama nyingine za tofauti zinazoweza kusaidia kutambua mahali au duka ziliponunuliwa au kushonwa nguo hizo. Tambua alama la kipekee au matangazo ya kibiashara yanayojulikana.

(c) Vitendo:
Eleza hatua kwa hatua vitendo walivyofanya wahalifu tangu walipoingia katika eneo la tukio hadi muda walipoondoka. Jitahidi kukumbuka vitu walivyogusa, au kushika, na maneno waliyokuwa wakitamka katika kila hatua ya uhalifu wao. Usione aibu kueleza kwa kina vitendo vingine visivyo vya kawaida vilivyofanywa na majambazi hata kama vitendo hivyo ni vya aibu au vya kudhalilisha kama vile ubakaji, ulawiti, uvutaji madawa ya kulevya na kadhalika.

(d) Muda:

Eleza kwa kina muda uliotumiwa na majambazi katika kutekeleza uhalifu wao. Kadiria pia muda uliotumiwa na wahalifu hao katika kutafuta vitu mbalimbali ndani ya nyumba. Kujua muda waliotumia kutafuta kitu kilichofichwa ndani mwako, au kwenye ofisi kunaweza kusaidia kujua kama wahalifu hao walikuwa na taarifa za ndani kuhusu mahali vilipowekwa vitu hivyo au la. Hii ni muhimu sana hususan kama ni watu wachache tu waliokuwa wakijua mahali zilipofichwa fedha au kitu cha thamani kilichoibiwa.

(e)Vifaa:

Eleza vifaa vyote walivyokuwa navyo, au vilivyotumiwa na majambazi. Kumbuka aina ya gari au pikipiki waliyotumia, rangi ya chombo hicho cha usafiri, namba ya usajili, na kadhalika. Eleza pia aina ya silaha wahalifu walizobeba. Kama ni bunduki jitahidi kutambua aina, na uwezo wake wa kubeba risasi. Kama ni bunduki za kuwindia au za kivita (machine gun). Kumbuka pia kueleza vyombo vya mawasiliano walivyokuwa navyo (k.m simu za mkononi, radio call n.k).

(f) Mahali/Uelekeo:

Eleza kwa kina eneo waliloelekea majambazi baada ya tukio. Kumbuka jina la mtaa au barabara waliyopita na kasi waliyoondoka nayo. Kutambua barabara waliyopita majambazi kunaweza kuwasaidia polisi kupata picha za wahalifu zilizo rekodiwa kwenye kamera zilizopo kwenye taa za barabarani, nyumba za watu binafsi, maduka na majengo ya serikali.

Baada ya kutoa taarifa kwa polisi, fuata maagizo na maelekezo yote utakayopewa na maafisa wa usalama wa raia pamoja na watumishi wengine wa vyombo vya dola. Kwa kawaida uchunguzi wa polisi huweza kuchukua muda mrefu na gharama kubwa (fedha nyingi za walipa kodi). Hata hivyo uchunguzi huo hauwezi kufanikiwa bila ya wewe binafsi kutoa ushirikiano wa kutosha. Shiriki kikamilifu kusaidia uchunguzi.

Wakati Polisi wakiendelea na majukumu yao, imarisha ulinzi nyumbani na kazini kwako. Jifanyie upya tathmini binafsi (*self-assessment*) ili kujua dosari au mapungufu yaliyowasaidia majambazi kuweza kukuvamia bila wewe kuweza kubaini njama zao. Wafariji wana familia yako na kuwahimiza kuendelea kudumisha misingi ya usalama binafsi uliyowafundisha.

MAKUNDI YA UHALIFU

Kabla ya kuendelea kujifunza hatua nyingine unazopaswa kuchukua katika kujilinda, ni vyema turudi nyuma kidogo kuwazungumzia wahalifu unaojiandaa kupambana nao. Kuwatambua wahalifu hawa na namna wanavyofanya kazi kutakusaidia kuelewa vizuri zaidi namna ya kushughulika nao. Waswahili husema kumjua adui yako na nguvu zake, ni hatua ya kwanza na muhimu sana katika ushindi wa vita.

Wahalifu ni watu wanaojitajirisha au kukidhi mahitaji yao kwa kuwaibia na kuwadhulumu watu wengine. Ili kuwatofautisha na watu wema katika jamii, wahalifu hupewa majina mbalimbali kulingana na aina ya uhalifu wanaoufanya kama vile majambazi, magaidi, vibaka, maharamia, matapeli, na kadhalika. Kwa lengo la kukupa mafunzo, kitabu hiki kimetaja makundi machache tu ambayo utendaji wake unafanana kwa kiasi kikubwa na makundi mengine ya wahalifu wenye mikakati. Makundi hayo ni kama ifuatavyo.

(a) MAJAMBAZI

Majambazi ni watu wanaojihusisha na uporaji wa mali au fedha kwa kutumia silaha. Wahalifu hawa huweza kufanya kazi kwa ushirikiano kama kikundi chenye mikakati kwa lengo la kupora mawindo yenye ulinzi wa hali ya juu, au kama mtu mmoja mmoja kuvamia mawindo yasiyo na ulinzi wa kutosha. Mafanikio ya majambazi hutegemea sana nguvu ya mtu au kikundi katika kukusanya taarifa za windo, kupanga mikakati, na kuitekeleza kwa mafanikio bila kukamatwa.

Jambo muhimu la kuzingatia ni kuwa wahalifu hawa huishi katika jamii kama watu wa kawaida, na hawana alama yoyote ya utambulisho. Wengi wao huonekana kama watu wasio na shida, wenye fedha nyingi, watanashati, na waungwana machoni mwa wengi. Si kawaida ya majambazi wazoefu kujichanganya na watu wenye vurugu, au kufanya mambo ya hovyo yanayoweza kuwavutia askari, au kukera raia. Baadhi ya majambazi ni wafanya biashara wanaoaminika katika jamii, na hata waajiriwa (wasio waaminifu) wa mashirika ya umma, idara za serikali, na hata vyombo vya dola.

Kutokana na sifa hizi si rahisi hata kidogo kumtambua jambazi kwa kumuangalia sura, mavazi, au namna anavyozungumza. Hata hivyo, wahalifu hawa ni hatari zaidi kuliko wezi wa kawaida. Huwa hawaoni shida kumjeruhi, au kumuua mtu yeyote anayesita kuwapa kitu wanachotaka, anayeelekea kuwatambua, na au kuwawekea kikwazo cha kufanikisha azma yao.

Majambazi wazoefu huwa na muundo kamili wa utendaji. Hupanga malengo ya muda mfupi na muda mrefu, na huwa na uongozi wa uhakika. Wale wanaofanya kazi za hatari zaidi kama vile kupora mabenki, magari yanayosafirisha fedha, na sehemu nyingine zenye ulinzi mkali huwa na mtandao mkubwa zaidi. Hujiandaa kwa muda mrefu kwa kukusanya taarifa za kiusalama, silaha na vifaa vingine vinavyohitajika, na kisha kufanya mazoezi ya kivita kabla ya kwenda kuvamia windo wanalokusudia.

(b) **MAGAIDI**

Gaidi ni mtu au kikundi cha watu (magaidi) wanaofanya vitendo vya kihalifu kwa lengo la kuitia hofu jamii ili kuishinikiza serikali, kikundi cha watu, au jumuiya ya kimataifa kutekeleza matakwa au madai yao. Madai hayo yanaweza kuwa mabadiliko ya utawala, itikadi au mtazamo wa kisiasa, kushinikiza kuachiliwa wafungwa au mahabusu wanaoshikiliwa na serikali, kusimamisha mfumo wa utawala wa kidini n.k.

Vitendo vya kutia hofu (**ugaidi**) vinavyoweza kufanywa na wahalifu hawa ni pamoja na mauaji ya halaiki, ukatili na mateso dhidi ya kundi fulani la kijamii, ulipuaji mabomu katika mikusanyiko ya watu, majengo ya serikali na nyumba za ibada: utekaji nyara, mauaji ya watu maarufu, ushikiliaji mateka, ulipuaji wa miundo mbinu, na hujuma nyingine dhidi ya serikali au jamii husika.

Kama walivyo majambazi, magaidi huwa watu wa kawaida, wasio na makuu, na wasiojionesha hadharani, wala wenye tabia au dalili yoyote ya kutia mashaka. Kitu pekee kinachowatofautisha majambazi na magaidi ni sababu zinazowasukuma kutenda uhalifu. Wakati lengo kuu la majambazi huwa ni kujipatia fedha, vijana wengi wanaojiunga na vikundi vya ugaidi huwa hawasukumwi na tamaa ya fedha; bali imani (itikadi) kwamba jambo wanalodai au kulipigania ni sahihi na la msingi. Ni vijana wachache tu kati yao ambao hujiunga na vikundi vya ugaidi kwa tashwishwi ya kufanya mambo ya kusisimua, kujijengea heshima, kujipatia cheo au sauti katika jamii na au kulipiza kisasi.

Pamoja na sifa hizo za jumla, uchunguzi uliofanywa na wataalam wa saikolojia unaonesha kuwa wengi wa vijana wanao ajiriwa na vikundi vya ugaidi huwa hawana taarifa sahihi za vikundi wanavyojiunga navyo, na aghalabu huwa hawana nia ya kufanya mauaji ya watu wasiokuwa na hatia; Lakini baada ya kujiunga na vikundi hivyo hujikuta wakilazimika kufuata sheria, taratibu, na maelekezo yote wanayopewa na viongozi wao bila kuhoji wala kutafakari kwa kina matokeo, au athari za yale wanayoagizwa kufanya.

HISTORIA FUPI YA UGAIDI

Hakuna takwimu sahihi zinazoweza kuthibitisha pasipo shaka mwanzo halisi wa ugaidi. Historia inaonesha kwamba vitendo vya kigaidi vilikuwepo tangu karne ya kwanza wakati dola ya Kirumi ilipokuwa na nguvu zaidi ulimwenguni. Hata hivyo ugaidi wa kisasa unahusishwa zaidi na mapinduzi ya Ufaransa yaliyofanyika mwaka 1795 ambapo neno la Kiingereza 'Reign of Terror' lilitumiwa kuelezea hali ilivyokuwa kutokana na vitendo vya wana mapinduzi wa Kifaransa kufanya mauaji ya kutisha, hila na hujuma nyingi ili kuwadhibiti wapinzani wao na kuimarisha utawala. Mbinu hii iliyoasisiwa na Maximilien Robespierre pamoja na kujenga hofu kubwa miongoni mwa wananchi ilisaidia sana kupatikana kwa ushindi. Neno 'Reign of Terror' ndilo lililozaa neno 'Terrorism' linalotumika kutaja au kuelezea ugaidi wa kisasa.

Kutokana na mafanikio makubwa yaliyopatikana katika mapambano ya wanamapinduzi wa Ufaransa, vikundi vya kimapinduzi katika nchi nyingine vilianza kuiga, na kutumia mbinu za kigaidi katika kudai haki, kuwafukuza wakoloni (kudai uhuru), na kulipiza kisasi kwa wapinzani wao. Wakati wa vita kuu ya pili ya dunia (1939 – 1945) raia wa Uingereza waliopewa mafunzo maalumu ya kijeshi walifanya operesheni maalumu za kigaidi kuwashambulia wanajeshi wa Kijerumani, kuvunja madaraja, kubomoa reli, kuua makamanda wa Kijerumani pamoja na raia waliobainika kuwasaidia katika vita. Operesheni hizo zilisaidia sana kuwakanganya wanajeshi wa Kijerumani na kuwapunguzia morali wa vita.

Mwaka 1955 ugaidi uliingia katika sura nyingine wakati ndege ya abiria (flight 629) aina ya DC 6B mali ya United Airlines ilipolipuliwa kwa bomu na kuua abiria wote 44 waliokuwa wakisafiri kutoka Denver kuelekea Portland. Bomu lililolipua ndege hiyo lilitegwa na kijana aliyekuwa na umri wa miaka 23 Jack Gilbert Graham ambaye alikusudia kumuua mama yake ili aweze kupata malipo ya bima (*insurance*). Tukio hili liliwatia hofu ya kusafiri kwa ndege watu wengi nchini Marekani kwani kabla ya hapo hakuna ndege ya kiraia iliyokuwa imelipuliwa kwa bomu.

Katika miaka ya 1960 matukio ya ugaidi yaliongezeka zaidi hususan kutokana na harakati za nchi nyingi kudai uhuru, na kujaribu kutokomeza ubaguzi wa rangi. Katika kipindi hiki dhana ya ugaidi ilibadilika, vikundi vya kigaidi viliongezeka na kupata nguvu kubwa kutokana na udhamini wa serikali (nchi) na jumuia za kimataifa. Vita baridi iliyokuwa ikiendelea kati ya Marekani na Umoja wa Kisovieti, ilichangia kwa kiasi kikubwa kukua kwa ugaidi katika Afrika na Mashariki ya kati. Nchi hizo zilitoa misaada ya hali na mali kwa vikundi vya kigaidi (wapigania uhuru) vilivyoonekana kuunga mkono itikadi za nchi wafadhili, au kutaka kuangusha serikali za nchi zenye siasa inayopigwa vita na nchi wafadhili.

Kwa mfano mwezi September mwaka 1974 wanachama wa kikundi cha Popular Front for the Liberation of Palestine (PFLP) wakiongozwa na Ilich Ramirez-Sanchez maarufu kwa jina la Carlos the Jackal walishambulia kwa mabomu ya kutupa kwa mkono duka maarufu la madawa jijini Paris Ufaransa na kuua watu wawili, kujeruhi wengine 34 na kuuacha mji mzima wa Paris ukiwa umegubikwa kwa hofu. Tukio hilo lilifuatiwa na tukio lililofanyika mwezi Desemba 1975 ambapo Carlos na washirika wake walivamia mkutano wa mawaziri wa nchi zinazotoa mafuta kwa wingi duniani (OPEC) uliokuwa ukifanyika katika ofisi ya makao makuu ya OPEC jijini Vienna, Austria na kushikilia mateka watu 62. Ili kuwaachia mateka hao Carlos alidai waraka maalumu wa PFLP usomwe katika runinga (TV) za Austria, apewe ndege ya kutorokea, na kulipwa dola milioni 40 kama fidia. Madai hayo yalitekelezwa na mateka wote waliachiliwa huru kabla ya Carlos (muhitimu wa chuo kikuu cha Patrice Lumumba Urusi) kutokomea. Matukio haya mawili (na mengine mengi yaliyofuatia) yaliweka bayana muundo, na mtindo mpya wa ugaidi wa kimataifa ambao kwa kiasi kikubwa ulipata baraka ya nchi moja kati ya mbili zilizokuwa zikivutana katika vita baridi.

Tarehe 4 Julai 1976 dunia ilishuhudia jitihada za mataifa katika kupambana na ugaidi wakati makomando wa Israeli Defense Forces walipofanikiwa kuwakomboa raia 102 wa Israel waliokuwa wametekwa nyara na wapiganaji wa kikundi cha Popular front for the Libaration of Palestine (PFLP) na kupelekwa Entebe, Uganda. Sakata hilo lilianza baada ya kikundi hicho cha magaidi (wapigania uhuru) kuteka nyara ndege ya shirika la ndege la Ufaransa (Air France) iliyokuwa imebeba abiria 248 kutoka Tel Aviv, Israel, kwenda Paris, Ufaransa kupitia Athens, Ugiriki. Waisrael waliamua kufanya operesheni hiyo iliyojulikana kama *Operation Thunder* baada ya kutofikia makubaliano na wateka nyara hao waliokuwa wakiungwa mkono na aliyekuwa rais wa Uganda wakati huo dikteta Iddi Amin Dada. Katika tukio hilo mateka watatu raia wa Israel, wanajeshi 45 wa Uganda, na komando mmoja (Jonathan Netanyahu) wa Israel waliuawa.

UGAIDI NCHINI TANZANIA

Nchini Tanzania hofu ya ugaidi ilikuwepo tangu miaka ya

1970 ingawa ugaidi uliokuwa ukiogopwa wakati huo ni tofauti kabisa na huu ulioibuka katika miaka ya 1990. Ikumbukwe kwamba baada ya kujipatia uhuru wake mwaka 1961 chini ya uongozi wa Mwalimu Julius Nyerere Tanzania ilianza mikakati ya kuzisaidia kwa hali na mali nchi za kusini mwa Afrika zilizokuwa hazijajikomboa ili nazo ziweze kupata uhuru wake. Mwalimu Nyerere aliamini kwa dhati kwamba Tanzania haiwezi kuwa salama, na wala uhuru wake hauwezi kudumu kama nchi nyingine za Afrika zitaendelea kukaliwa kwa mabavu na walowezi. Katika kufanikisha harakati za kuzikomboa nchi hizo, Tanzania, Zambia, Msumbiji, Angola, na Botswana ziliunda umoja maalum uliojulikana kwa jina la 'Nchi tano zilizo mstari wa mbele katika ukombozi wa kusini mwa Afrika'. Umoja huo uliokuwa chini ya uenyekiti wa Mwalimu Nyerere ulijihusisha na utoaji wa mafunzo ya kijeshi, silaha, fedha, na makazi (kambi) kwa vikundi mbalimbali vya wapigania uhuru wa Afrika ya kusini, Zimbabwe (Rhodesia) na Namibia.

Kutokana na msimamo huo wa kimapinduzi Tanzania ilijikuta ikipokea vitisho vingi kutoka kwa Makaburu wa Afrika ya kusini, tawala nyingine za walowezi, na mataifa mengine makubwa yaliyokuwa yakifaidika kutokana na kuendelea kuwepo kwa tawala za walowezi barani Afrika. Hali hiyo iliwafanya wananchi wa Tanzania (hasa mikoa ya kusini) kuishi kwa hofu na mashaka ya kuvamiwa kijeshi, au kushambuliwa na magaidi kutoka Afrika ya kusini. Ili kuhakikisha usalama wa Taifa serikali ya Tanzania iliunda mikakati kabambe ya ulinzi na usalama nchini. Vijana wote waliomaliza kidato cha sita walitakiwa kujiunga na jeshi la kujenga Taifa kabla ya kujiunga na chuo kikuu au kuanza kazi. Watu wazima na vijana ambao hawakuchaguliwa kuendelea na masomo ya juu walitakiwa kujiunga na jeshi la mgambo katika maeneo wanayoishi ili kupata mafunzo ya kivita na ukakamavu.

Mwaka 1978 Tanzania ilijikuta katika hofu kubwa zaidi baada ya majeshi ya Uganda chini ya uongozi wa dikteta Iddi Amin Dada kuvamia sehemu ya kaskazini ya mto Kagera na kutangaza kuwa ardhi hiyo ni sehemu ya Uganda. Uvamizi huo ulisababisha vita kali iliyodumu kwa muda wa mwaka mmoja. Wakati wote wa vita hivyo watanzania waliishi kwa hofu kubwa kwa kuchelea kushambuliwa na ndege za kivita, makombora ya masafa marefu, na magaidi wa Iddi Amin ambao wangeweza kujipenyeza nchini Tanzania kwa urahisi kutokana na wenyeji wengi wa Uganda ya kusini kuwa na desturi zinazofanana na wenyeji wa kaskazini magharibi ya Tanzania.

Ili kupunguza uwezekano wa magaidi hao kujipenyeza nchini, serikali ya Tanzania iliendesha mafunzo kabambe ya intelijensia kwa wananchi wake wote wa mijini na vijijini. Mafunzo hayo yaliyoendeshwa sambamba yalisaidia sana kuwafichua na kuwadhibiti wanajeshi wa Uganda (waliokuwa wakisaidiwa na serikali ya Libya) kila walipojaribu kujipenyeza nchini Tanzania kwa lengo la kufanya hujuma, au kukusanya taarifa za kiitelejensia. Baada ya kumng'oa madarakani nduli Iddi Amin na kuweka utawala wa kidemokrasia nchini Uganda ndipo watanzania walipo ondokewa na hofu ya ugaidi wa nchi hiyo.

Miaka kumi baadae (mwaka 1989) hofu ya ugaidi ilirejea nchini Tanzania kwa kishindo baada ya magaidi wa RENAMO waliokuwa wakiipinga serikali ya FRELIMO nchini Msumbiji kuvuka mpaka na kuvamia vijiji vya mpakani mwa Tanzania na Msumbiji. Kimsingi magaidi hao ambao wenyeji wa mikoa ya kusini mwa Tanzania waliwapachika jina la BANDU (kutokana na neno la kireno BANDITO) hawakuwa na nia ya kufanya vita au hujuma (za kupangwa) dhidi ya serikali ya Tanzania; bali waliingia nchini kwa lengo la kupora chakula, na kujificha baada ya kupata kipigo kikali kutoka kwa majeshi ya serikali ya Msumbiji.

Baada ya mbinu hiyo kufanikiwa mara moja magaidi hao waliifanya kuwa tabia; kila walipozidiwa nguvu katika mapambano walivuka mpaka na kuingia Tanzania kujificha wakiwa na hakika kuwa majeshi ya Msumbiji hayawezi kuvuka mpaka kutokana na kubanwa na sheria za kimataifa. Wakiwa katika ardhi ya Tanzania magaidi hao walipora vyakula, mavazi ya kiraia, na madawa ya kutibu wagonjwa katika zahanati na kisha kuwabaka wanawake kabla ya kurejea tena msituni kujijenga upya kwa ajili ya mapambano. Katika kutekeleza azma yao magaidi hao hawakusita kumuua au kumjeruhi mtu yeyote aliyejaribu kuwazuia kufanya jambo lolote walilokusudia.

Serikali ya Tanzania ilifanikiwa kuwadhibiti magaidi hao baada ya kupeleka makomando wake (kutoka 92 KJ) katika vijiji vya Wenje na Mchoteka wilayani Tunduru mkoa wa Ruvuma. Makomando hao wakiongozwa na Luteni (wakati huo) Abdallah Mandanda na baadae Luteni (wakati huo) John Ntwale walifanikiwa kuwakamata baadhi ya magaidi wa RENAMO, na wenyeji wa Tanzania waliokuwa wakiwapa hifadhi. Operesheni hiyo iliyosaidia kumaliza kabisa hofu ya ugaidi wa RENAMO nchini iliratibiwa kwa utaalam wa hali ya juu na Major (wakati huo) Ballat a.k.a Golong'ondo wa 92 KJ.

Mwanzoni mwa mwaka 1990 Tanzania ilianza kukabiliwa na tishio la ugaidi wa aina nyingine baada ya mihadhara ya kashfa na matusi iliyokuwa ikiendeshwa ki mashindano kati ya wakristo na waislamu kuanza kuzaa fujo, vurugu, na vitisho. Ili kudhibiti hali hiyo serikali ilipiga marufuku mihadhara yote iliyokuwa ikionesha dalili ya kufanya uchochezi au kuzaa vurugu; hata hivyo mihadhara hiyo ilirejea tena kwa kishindo muda mfupi baadae na kuendelea kwa miaka mingi pasipo kudhibitiwa. Kimsingi mihadhara hiyo imechangia kwa kiasi kikubwa kuvuruga amani na kujenga chuki kati ya waumini wa dini za kikristo na kiislamu nchini Tanzania.

Mwaka 1998 ndipo Tanzania iliposhuhudia kwa mara ya kwanza madhara halisi ya ugaidi wa kimataifa baada ya magaidi wa kundi la Al-Qaida kulipua bomu ofisi za ubalozi wa Marekani jijini Dar es salaam na kuua watu 11. Tukio hilo lilibadilisha kabisa mtazamo wananchi kwamba Tanzania ni kisiwa cha amani na kuifanya serikali ya Jamhuri ya muungano wa Tanzania kuunda kikosi maalum cha kupambana na ugaidi.

Tarehe 25 Desemba 1999 Tanzania ilipata mshituko mwingine baada ya watu wasiojulikana kuilipua kwa bomu *bar* moja maarufu mjini Unguja (Zanzibar). Bomu hilo lilibomoa sehemu kubwa ya jengo la bar hiyo na kusababisha hasara kubwa ya mali lakini hakuna mtu yeyote aliyeuawa wala kujeruhiwa. Tukio hilo lililotokea saa sita ya usiku ya mkesha wa siku kuu ya Krismass lilizua hisia mbaya za udini hasa kwa kuzingatia kuwa siku kuu hiyo iliangukia katika mwezi mtukufu wa Ramadhani. Taarifa za awali zilizotolewa na polisi zilieleza kuwa watu waliolipua bomu katika *bar* hiyo huenda walifanya hivyo baada ya kuchukizwa na kitendo cha mmiliki wa *bar* hiyo kuuza pombe wakati wa mwezi mtukufu wa Ramadhani.

Hata hivyo uchunguzi wa kina uliofanyika baadae kwa kuwashirikisha polisi na wataalamu wa kikosi cha kupambana na ugaidi ulibaini kuwa mtu aliyetega bomu hilo hakuwa na malengo yoyote ya kidini wala ya kisiasa. Mtu huyo alifanya hivyo kwa nia ya kumuua kijana mwenziye aliyekuwa akiishi katika jengo hilo kwa sababu alikuwa amemnyang'anya mpenzi wake (Shoga).

Kuanzia mwaka 2005 ndipo taarifa za kuongezeka kwa

vitendo vya kigaidi nchini Tanzania zilipoanza kutangazwa kwa wingi katika vyombo vya habari. Baadhi ya matukio yaliyoripotiwa ni pamoja na utekaji nyara watu maarufu, mauaji ya viongozi wa dini, vyama vya siasa, na waandishi wa habari; matumizi ya sumu na tindikali katika kuwadhuru viongozi wa serikali, vyama vya siasa, na waandishi wa habari. Katika kipindi hiki pia kumekuwepo na ongezeko kubwa la matukio ya uchomaji moto nyumba za ibada, na mashambulizi ya mabomu katika makanisa na mikutano ya vyama vya siasa hususan chama cha Demokrasia na Maendeleo.

Zipo sababu mbalimbali zilizochangia kwa kiasi kikubwa kuongezeka kwa matukio ya ugaidi nchini Tanzania katika miaka ya 2000. Sababu hizo ni pamoja na

(a)Mihadhara ya dini yenye kashfa na matusi iliyoasisiwa mwishoni mwa miaka ya1980 na kuachwa kuendelea hadi wakati wa kuandikwa kitabu hiki. Mihadhara hiyo iliyokuwa ikiendeshwa na vikundi mbalimbali vya waumini wa dini za kikristo na kiislam imechangia sana kuyumbisha umoja na mshikamano uliokuwepo, na kupandikiza chuki kati ya waumini wa dini hizi mbili zenye waumini wengi zaidi katika Tanzania.

(b) Kukomaa kwa makundi makubwa ya ugaidi katika Afrika hususan Al-Qaida, Al-Shabaab, Boko Haram, Lord's Resistance Army na mengineyo. Makundi hayo yamefanikiwa kwa kiasi kikubwa kusambaza wanachama wake katika nchi mbalimbali za Afrika (ikiwa pamoja na Tanzania) na kujiwekea ngome imara ambazo serikali za nchi husika zinashindwa kuzivunja.

(c) Kulegezwa kwa sheria na masharti ya uhamiaji katika nchi nyingi za Afrika hali iliyoruhusu wahamiaji kutoka nchi mbalimbali duniani kuingia na kutoka nchini kwa urahisi. Hali hiyo imewapa unafuu mkubwa magaidi, wafanya biashara ya madawa ya kulevya, na wahalifu wengine kuweza kujipenyeza na kufanya makao nchini Tanzania. Aidha udhaifu wa serikali katika kuwadhibiti wahamiaji haramu wanaoishi ndani ya nchi kumetoa mwanya kwa magaidi kuweza kusaili vijana wa kitanzania kwa mbinu, na visingizio mbalimbali.

(d) Ushiriki wa Tanzania katika majeshi ya kulinda amani nchini Somalia na Congo kumewafanya waasi wa nchi hizo kujenga uadui mkubwa na Tanzania. Ingawa hakuna matukio rasmi ya kigaidi yaliyothibitishwa kufanywa na waasi wa nchi hizo ama washirika wao, Tanzania imepokea maonyo na vitisho kutoka kwa waasi hao wanaotaka majeshi ya Tanzania yaondoke Congo na Somalia bila masharti.

(e) Kukithiri kwa rushwa katika idara za uhamiaji, polisi, mahakama, na idara nyingine za serikali kumewafanya watumishi wengi wa vyombo vya ulinzi na usalama kushindwa kufanya kazi zao ipasavyo. Hali hiyo imesababisha wahalifu wengi kuendeleza vitendo vyao viovu kwa kujua kwamba hata kama wakikamatwa wataachwa huru baada ya kutoa rushwa.

(f) Maendeleo ya Sayansi na Teknolojia duniani hususan kuongezeka kwa matumizi ya internet, mawasiliano jamii (facebook, twitter, blogs), na *search engines* (google, yahoo, na nyinginezo) ambazo hurahisisha upatikanaji wa taarifa na habari za aina zote. Urahisi huo umewafanya wananchi wengi kujifunza, na kuiga mambo mbalimbali ya kijamii ikiwa pamoja na vitendo vya kikatili, maandamano ya kupinga serikali, uzandiki, ugaidi na kutamani kufanya mapinduzi kama wafanyavyo watu wa nchi nyingine.

(g) Utajiri wa rasilimali uliopo nchini (Madini, vito vya thamani, mafuta, gesi, ardhi, mbuga za wanyama, mito, maziwa, bahari, n.k) unavutia mataifa mengi ya kigeni yanayotamani kuwekeza, kuitawala na hata kuinunua Tanzania. Ili kuweza kujipenyeza na kukubalika nchini wageni hao wamekuwa wakitumia mbinu mbalimbali ikiwa ni pamoja na kufadhili mashirika ya dini, vyama vya siasa, na kufanya uwekezaji wa aina mbalimbali. Baadhi ya wafadhili hao ndio wanaohusika na kuendesha propaganda za kuwachonganisha wananchi kidini na kisiasa ili kuvuruga amani na umoja (*devide and rule*) na pia kujaribu kuweka watu wao madarakani ili waweze kuongoza nchi kwa kukidhi matakwa yao.

VIKUNDI VYA UGAIDI

Pamoja na maelezo yote yaliyotangulia, ni muhimu sana kukumbuka kwamba kikundi kinacho onekana na watu, au jamii fulani kuwa ni kikundi cha ugaidi kinaweza kuonekana na jamii au nchi nyingine kuwa ni kikundi cha wapigania uhuru. Tofauti hii ya msingi inatokana na tofauti za msimamo (mtazamo), imani za kidini, itikadi za kisiasa, na mifumo ya maisha ya jamii kwa ujumla. Kwa mfano kabla ya mwaka 1988 chama cha African National Congress (ANC) cha Afrika ya kusini kilikuwa kikituhumiwa na serikali ya makaburu iliyokuwa ikiongoza nchi hiyo kuwa ni kikundi cha kigaidi. Baadhi ya viongozi na wanachama wa kikundi hicho waliuawa kwa kunyongwa baada ya kuhukumiwa na mahakama za makaburu kwa tuhuma mbalimbali. Wale walionusurika kuuawa (ikiwa ni pamoja na Shujaa Nelson Mandela) walihukumiwa vifungo vya maisha na kazi ngumu.

Pamoja na msimamo huo wa serikali ya makaburu nchi nyingi za Afrika na Ulaya mashariki zilikuwa zikikitambua chama cha African National Congress (ANC) kama chama cha wapigania uhuru (*Freedom fighters*) na si kikundi cha kigaidi. Kutokana na imani hiyo serikali ya Tanzania chini ya uongozi wa mwalimu Julius Nyerere ilikuwa mstari wa mbele katika kuwasaidia wapigania uhuru hao kwa kuwapa mafunzo ya kijeshi na silaha ili waweze kuiondoa madarakani serikali ya makaburu.

Aidha wakati wa vita vya kumng'oa nduli Iddi Amin Dada wa Uganda, majeshi ya Tanzania yalishirikiana bega kwa bega na umoja wa majeshi ya kuikomboa Uganda yaliyokuwa yakiongozwa na Tito Okello, pamoja na makamanda wengine waliokuwa wameiasi serikali ya Iddi Amini. Wapiganaji hao waliokuwa wakitambuliwa na serikali ya Iddi Amini kama waasi au magaidi waliisaidia sana serikali ya Tanzania kuweza kumng'oa nduli huyo katika vita iliyodumu kwa muda wa mwaka mmoja tu.

Kwa sababu hiyo vyama au vikundi vya ugaidi vilivyotajwa katika kitabu hiki ni vile tu vilivyotangazwa na Umoja wa Mataifa (UN) kuwa ni vikundi vya ugaidi hususan kutokana na utendaji wake unaokiuka sheria za kimataifa na haki za binadamu. Vikundi vya ugaidi hujihusisha na harakati mbalimbali hususan siasa, dini, ukabila, ubaguzi wa rangi na kadhalika.

Magaidi wanaojihusisha na harakati za kidini huwa watu waliobobea katika imani kiasi cha kuwa tayari kujitoa muhanga. Utaratibu huo (wa kujitoa muhanga) huwafanya baadhi ya watu kuamini kwamba vikundi vya ugaidi huchukua watu wenye matatizo ya akili, au walioshindwa maisha jambo ambalo si kweli. Ukweli ni kwamba vikundi vya ugaidi huchagua vijana wenye akili timamu, elimu ya kutosha, uwezo mkubwa wa kujifunza na kumudu mikiki mikiki ya ugaidi na kisha huwashibisha itikadi (*radicalization*) kiasi cha kuwafanya kuwa tayari kwa lolote.

Yapo makundi makubwa ya kigaidi, yanayofanya uhalifu wa kimataifa. Makundi haya kwa kawaida huwa na fedha nyingi, na maelfu ya wanachama wanaoyaunga mkono duniani. Baadhi yake huheshimiwa na kufanya shughuli nyingine za kijamii kwa uhuru ndani na nje ya nchi husika. Yapo pia makundi madogo yenye wafuasi

wachache, na pia mtu mmoja mmoja ambao hufanya
ugaidi wa ndani ya nchi (*Local Terrorism*) bila ufadhili
wowote. Baadhi ya makundi ya ugaidi yenye nguvu zaidi
duniani ni pamoja na haya yafuatayo:

(i) Al-Qaida (Ngome)
Al-Qaida (Al-Qaeda) ndilo kundi lenye uwezo mkubwa
wa utendaji kuliko kundi lingine lolote duniani kwa sasa.
Kundi hili lilianzishwa mwaka 1989 na Shekhe Osama bin
Laden kwa lengo la kutetea Uislamu na kuwaondoa
wavamizi katika nchi takatifu. Hata hivyo malengo na
muelekeo wa kundi hili yamekuwa yakibadilika kadri
miaka inavyokwenda. Mwaka 1998 kundi hili liliitikisa
dunia baada ya kufanikiwa kulipua ofisi za ubalozi wa
Marekani jijini Nairobi, Kenya, na Dar es salaam,
Tanzania ambapo watu zaidi ya 250 waliuawa.

Mwezi Septemba mwaka 2001 kundi la Al-Qaida
liliweza kupenyeza magaidi wake nchini Marekani na
kufanikiwa kulipua majengo ya World Trade Center, (NY)
na Pentagon (Washington DC) na kuua watu zaidi ya
6,000. Tukio hilo ndilo lililopelekea kuwindwa na kuuawa
kwa muasisi wa kundi hilo (OBL) na wafuasi wake wengi
katika nchi mbalimbali duniani. Pamoja na kuuawa kwa
Osama Bin Laden kundi hilo bado linaendelea kuitikisa
dunia kwa kuwa na wanachama wengi, wenye mafunzo ya
kijeshi ya hali ya juu, na uzoefu wa mapambano. Kundi la
Al-Qaida limefanikiwa kwa kiasi kikubwa kupenyeza watu
wake, na kuajiri vijana katika nchi mbalimbali duniani ili
kuendeleza mapambano ya kutetea itikadi zake, na ikibidi
kuangusha serikali za nchi husika. Lengo kuu la mikakati
hiyo ni kuweka sheria, na uongozi unaokubaliana na
itikadi za kundi hilo. Wasiwasi mkubwa unaoikabili
jumuia ya kimataifa ni uwezekano wa kundi hilo kujipatia
silaha za maangamizi (nyuklia).

(ii) Islamic State of Iraq and Ash Sham (ISIS)
Kundi hili lilianza kujulikana mwaka 2004 baada ya kiongozi wake Abu Mus'ab al-Zarqawi kutangaza kuwepo kwa kundi hilo nchini Iraq, na uhusiano wake na kundi la Alqaida chini ya uongozi wa Osama bin Laden. Mwanzoni kundi hili lilionekana kama ngome ya Al-Qaida nchini Iraq, lakini baada ya kifo cha al-Zarqawi kundi hili chini ya uongozi wa Abu Ayyub al-Masri lilijipambanua upya kwa kuweka malengo mapya na kujitegemea zaidi. Lengo kubwa la kundi hili ni kusimamisha dola ya kiislamu duniani, likianzia na nchi za kiislam, zilizoathiriwa na siasa za nchi za magharibi. Wafuasi wa ISIS wanaamini katika kurudisha utawala wa ki-khalifa unaoongozwa na sheria ya kiislamu (sharia).

(iii) HAMAS
Kundi la 'Harakat Al-Muqawama Al-Islamia' kwa kifupi HAMAS ndilo linaloifuatia Al-Qaida kwa nguvu na uwezo. Kundi hili la wapalestina linajihusisha zaidi na masuala ya kisiasa na jamii ndani na nje ya mipaka ya Israel/Palestine. Kundi lilianzishwa mwaka 1987 kwa lengo la kufanya *jihad*, na kuwakomboa wapalestina kutoka katika mikono ya taifa la Israeli. Kundi hili lina wanachama wengi na hasa vijana wa kipalestina ambao huwa tayari kufa kwa ajili ya kulinda na kutetea imani na taifa lao. HAMAS huwatumia vijana hao kufanya mashambulizi ya mabomu (*Suicide bombers*) kwa raia na wanajeshi wa Israel na wale wanaoiunga mkono Israel. Kundi hili linaungwa mkono na vikundi vingine vya kigaidi ikiwa pamoja na kundi la Hezbollah.

(iv) Taliban
Kundi hili lenye makao yake nchini Afghanistan

lilianzishwa mwaka 1990 na waislamu (wa dhehebu la Sunni) wa kabila la Pashtun kwa lengo la kupambana na majeshi ya kigeni, pamoja na serikali za Pakistan na Afghanistan. Mwaka 1996 kundi hili lilifanikiwa kuuteka mji mkuu wa Afghanistan – Kabul na kumuua kiongozi wa nchi hiyo. Ushindi huo uliliwezesha kundi hili kuitawala nchi hiyo kwa miaka mitano (1996 – 2001) hadi pale kundi lilipo sambaratishwa na majeshi ya Marekani yaliyokuwa yakimsaka Osama Bin Laden kwa tuhuma za kupanga njama za kulipua majengo ya World Trade Center (NY) na Pentagon. Kundi la Taliban linaungwa mkono na makundi mengine ya ugaidi ikiwa ni pamoja na Alqaida, na baadhi ya nchi zinazounga mkono utawala wa sheria ya kiislamu (Sharia). Kundi hili lingeweza kuwa na nguvu kubwa zaidi kama majeshi ya Marekani yasingevamia Afghanistan mwaka 2001.

(v) Jamaat Ansar Al-Sunna
Kundi hili lilianzishwa mwaka 2003 na raia wa Iraq waliokuwa wakipinga kuwepo kwa majeshi ya Marekani nchini humo na serikali mpya ya nchi hiyo iliyoundwa baada ya kung'olewa Sadam Hussein. Jamaat Ansar Al-Sunna imehusika na mashambulizi ya mabomu yaliyosababisha vifo vya mamia ya watu katika mji wa Baghdad na maeneo mengine ya nchi hiyo. Upo utata kidogo kuhusu uhusiano uliopo kati ya kundi hili na makundi mengine ya kigaidi. Wapo wanaoamini kwamba lengo la kundi Jamaat Ansar Al-Sunna ni kufanya mabadiliko ya ndani ya nchi hiyo (Iraq) ili kuwarudishia wananchi uhuru na umoja wao ulioporwa na wavamizi. Wapo pia wanaoamini kwamba kundi hili linatokana, au ni sehemu ya kundi la Al-Qaida ambalo limeota mizizi katika sehemu nyingi duniani.

(vi) Armed Islamic Group of Algeria

Kundi hili lilianzishwa mwaka 1992 kwa lengo la kuiondoa madarakani serikali ya Algeria ili kutoa nafasi kwa chama cha kiislam kutawala nchi hiyo. Tangu wakati huo kundi hili limekuwa likiitikisa dunia kwa matukio mbalimbali. Mwaka 1994 wanachama wa kundi hilo walifanikiwa kuteka ndege ya Ufaransa (Air France flight 8969) tukio lililolipa kundi hilo umaarufu mkubwa. Kundi hili pia linahusika na matukio mengi ya utekaji nyara, ulipuaji mabomu, na mauaji ya watu mashuhuri ndani na nje ya nchi hiyo.

(vii) Boko Haram

Kundi hili hujulikana pia kwa jina la Jama'atu Ahlas-Sunnah Da'awaati Wal-Jihad (JASDJ) Hili ni kundi la waislamu wa madhehebu ya Sunni wenye lengo la kuiondoa serikali ya Nigeria madarakani ili kusimamisha utawala wa kiislamu utakao iongoza nchi hiyo kwa kufuata sheria ya kiislamu (Sharia). Kundi hili linapinga vikali kuingizwa ustaarabu wa kimagharibi nchini Nigeria pamoja na mfumo mzima wa elimu ya kisasa. Jina maarufu la kundi hili '**Boko Haram**' linatokana na maneno *Book* na *Haram* yaani **kitabu** (Elimu) **kilichokatazwa**. Kundi hili linaloungwa mkono na Al-Qaida, pamoja na makundi mengine madogo yenye itikadi inayofanana nalo limekuwa likiisumbua serikali ya Nigeria kwa muda mrefu kiasi cha kuifanya kushindwa kutawala baadhi ya maeneo. Mwezi August 2011 kundi hili lililipua ofisi ya makao makuu ya Umoja wa Mataifa (UN) jijini Abuja na kuua watu 23.

(v) Al-shabab

Kundi hili liitwalo Harakat Shabaab Al-Mujahidin lilianzishwa nchini Somalia likiwa sehemu ya serikali ya umoja wa mahakama za kiislam. Pamoja na kupata upinzani mkubwa kutoka kwa serikali za Somalia na Ethiopia kundi hili lilifanikiwa kukua na kupata nguvu kiasi cha kuweza kuweka mizizi yake katika nchi kadhaa za Afrika mashariki na kati. Kukua kwa kundi la Al-Shabab kumechangia sana kuongezeka kwa mauaji, vurugu, kuyumba kwa serikali, na kudidimia kwa uchumi wa nchi husika. Hali hiyo ilisababisha Umoja wa nchi za Afrika (AU) kupeleka majeshi yake nchini Somalia ili kuwadhibiti magaidi hao (African Union Mission in Somalia – AMISOM). Mwezi Julai mwaka 2010 kundi hili lilihusika na ulipuaji mabomu katika jiji la Kampala Uganda ambapo watu 70 waliuawa. Kundi la Al-Shabab lina uhusiano wa karibu sana na kundi la Al-Qaida ambalo kwa kiasi kikubwa ndilo lililochangia kuibuka na kukua kwa kundi la Al-Shabab. Baadhi ya viongozi wa juu wa Al-Shabab wamepata mafunzo yao na kupigana nchini Afghanistan chini ya usimamizi wa kundi la Al-Qaida. Uhusiano wa makundi haya mawili ulithibitika hadharani mwezi Februari mwaka 2012 wakati kiongozi wa kundi la Al-shabaab Amir Ahmadi Abdi Godani a.k.a Mukhtar Abu Zubair na kiongozi wa Al-Qaida Ayman Al-Zawahil walipotoa mkanda wa video unaoonesha makubaliano ya ushirikiano katika mapambano na harakati za kimapinduzi.

(viii)   Lord's Resistance Army

Kundi hili ambalo pia hujulikana kwa jina la *Lord's Resistance Movement* lilianzishwa nchini Uganda mwaka 2005 kwa lengo la kuiondoa madarakani serikali ya rais Yoweri Museveni, na kuweka serikali ya kikristo itakayoongozwa kwa misingi ya Biblia. Kundi linaongozwa na Joseph Kony pamoja na wapiganaji wengine walioasi katika jeshi la Uganda. Lord's

Resistance Army inahusika kwa kiasi kubwa na uhalifu uliotokea nchini Uganda kuanzia mwaka 2006 hadi 2012 ambapo maelfu ya raia waliuawa. Katika kipindi hicho pia kulikuwepo na ongezeko kubwa la utekaji nyara watoto, uporaji mali za raia, ubakaji wanawake, na mauaji ya kikatili. Kundi hili pia linashutumiwa na jumuiya ya kimataifa kwa kujihusisha na ajira ya askari watoto (waliotekwa) ambao hulazimishwa kushiriki katika mauaji na mateso dhidi ya watu wanaoiunga mkono serikali serikali ya rais Yoweri Museveni. Kundi la Lord's Resistance Army lina wanajeshi wengi waliosambaa katika sehemu mbalimbali Afrika mashariki na kati. Makundi haya pamoja na mengine mengi (ambayo hayakutajwa kitabuni humu) yamehusika na mauaji ya maelfu ya watu wasiokuwa na hatia kwa kisingizio cha kudai haki, mabadiliko ya kisiasa na uchumi, kueneza dini n.k.

(c) **WEZI (VIBAKA)**

Wezi, au maarufu kwa jina la 'vibaka' hujishughulisha na wizi wa mifukoni, udokozi, na uporaji mdogo usiohitaji kutumia nguvu nyingi, au silaha kubwa. Kwa kawaida vibaka huwavizia watu dhaifu wanaopita katika maeneo au mitaa hatarishi na kuwapora fedha, mikufu ya dhahabu, mikoba, na vitu vingine vya thamani. Baada ya uporaji vibaka hutimua mbio, au kujichanganya katika msongamano wa watu ili kuepuka kipigo, au kuchukuliwa hatua za kisheria. Vibaka wengi hupendelea kufanya mawindo katika maeneo yenye msongamano mkubwa wa watu hasa vituo vya mabasi, stesheni za gari moshi, mikutano ya hadhara, na kwenye vichochoro.

Vibaka wenye miili mikubwa na wanaojiamini zaidi huvizia watu dhaifu nyakati za usiku na kuwakaba, au kuwatishia kwa visu, mapanga, nyembe, bisibisi, spoku za baiskeli zilizochongwa, nondo na kisha kuwapora. Ipo tofauti kubwa ya utendaji kazi (*Modus Operandi*) kati ya vibaka na majambazi au magenge mengine ya wahalifu wenye mpangilio. Vibaka huwa hawana mpangilio maalum wa utendaji kazi, huwa hawafanyi maandalizi ya kutosha kabla ya uporaji, hawajiwekei malengo ya muda mrefu, na wala hawakusanyi taarifa zozote za kiitelejensia kabla ya kufanya uporaji.

Vibaka hufanya tathmini ya papo kwa papo mara tu wanapoona windo likiwasogelea ili kujua nguvu ya windo hilo na upinzani wanaotegemea kuupata. Katika tathmini hiyo vibaka huangalia umbo la windo, kimo, jinsia, mazingira ya mahali katika muda husika, na uwezekano wa windo hilo kupewa msaada na wapita njia.

Ili kuepuka uwezekano wa kukamatwa na kupigwa vibaka hupendelea zaidi kuwapora wanawake, na wanaume dhaifu ambao hawawezi kufanya upinzani mkubwa.

Katika maeneo mengine vibaka hutembea kwa makundi ya watu wanne hadi ishirini ili waweze kusaidiana wakati wa kufanya uporaji. Makundi haya huvamia wapita njia, majumba, na sehemu za starehe kupora na mara nyingine huweza kuwakata mapanga, au kuwapiga kwa nondo watu wanaokataa kuwapa fedha au vitu vya thamani. Kimsingi makundi haya maarufu kama **Panya road**, **Komando yoso** na **Ninja Watoto** huwa hatari zaidi kuliko kibaka mmoja mmoja kwani hufanya maamuzi kwa sifa na ushabiki.

Hata hivyo, tofauti kati ya makundi ya vibaka hawa na majambazi ni ile ile ya kutokusanya taarifa za kiintelejensia na kuwa na mipango madhubuti ya kuficha ushahidi wa kuwatia hatiani kabla ya kufanya shambulio. Tatizo ni kwamba vibaka hawa wasipodhibitiwa mapema makundi yao hukua na kupata nguvu, na mwishowe kufanya uhalifu mkubwa na wa kitaalam zaidi kwa kutumia bunduki na silaha nyingine kubwa (hugeuka kuwa majambazi).

Kutokana na tabia zao ni rahisi sana kuwatambua vibaka. Wengi wao ni walevi wa gongo, bangi na madawa ya kulevya. Huwa wachafu wa mwili na mavazi, na wengi wao huwa na makovu usoni na mwilini kutokana na vipigo wanavyopata mara kwa mara. Vibaka wachache walio watanashati hujihusisha zaidi na wizi wa mifukoni hasa kwenye madaladala (Matatu) na maeneo mengine yenye mikusanyiko ya watu.

———————

UTENDAJI WA WAHALIFU WENYE MIKAKATI

Ukichunguza kwa makini jinsi matukio ya uhalifu yanavyofanyika utagundua kuwa matukio mengi hupangwa kwa kuwashirikisha ndugu, jamaa, marafiki, na au watu wengine wanaoaminika katika jamii. Watu hao ni pamoja na wafanyakazi wa mabenki, mawakala wa makampuni ya biashara, watumishi wa ndani, na hata Polisi na watumishi wengine wa vyombo vya dola. Kuthibitisha hili, hebu tafakari matukio machache yaliyo orodheshwa hapa chini:

Tarehe 5 August 2013 majira ya saa 11:16 jioni, majambazi waliokuwa na silaha walimuua kwa kumpiga risasi mwanamke mfanya biashara na kumpora kiasi cha shilingi milioni kumi za kitanzania (Tshs. 10,000,000) alizokuwa ametoka kuzichukua benki ya ushirika na maendeleo vijijini (CRDB) jijini Dar es Salaam. Kabla ya kumuua na kumpora kiasi hicho cha fedha, majambazi hao waliokuwa wakiendesha pikipiki waliigonga (nyuma) gari aliyokuwa akiendesha mama huyo kitendo kilichomfanya kusimamisha gari ili kuangalia uharibifu uliotokana na kile alichodhani kuwa ni ajali ya kawaida. Kitendo hicho kiliwapa nafasi nzuri majambazi hao waliokuwa wakimfuatilia kutoka benki kutekeleza azma yao ya kumuua, na kumpora fedha. Jiulize majambazi hao walijuaje kama mfanya biashara huyo alikuwa amebeba pesa nyingi kiasi hicho? Kwa nini hawakumvamia mtu mwingine asiyekuwa na pesa?

Tukio hilo halikuwa la kwanza kutokea jijini Dar es Salaam, au nchini Tanzania kwa ujumla. Mwezi mmoja kabla ya kuuawa kwa mama huyo majambazi waliokuwa na silaha walimuua kwa kumpiga risasi mfanya biashara mwingine mwenye asili ya kiasia (Mhindi) ambaye pia alikuwa akitoka kuchukua fedha zake benki. Katika tukio hilo lililotokea maeneo ya daraja la Salender wilaya ya Kinondoni, jijini Dar es Salaam, majambazi walifanikiwa kutoroka na shilingi milioni mia moja za kitanzania (TShs. 100,000,000) baada ya kumuua mfanya biashara huyo, na kumjeruhi kwa risasi mtoto wake wa kike aliyejaribu kuleta upinzani. Jiulize tena majambazi hawa walijuaje kwamba mfanya biashara huyo alikuwa na mamilioni ya fedha katika gari lake? Walijuaje kwamba hana ulinzi au silaha yoyote, na kwanini waliamua kumuua badala ya kupora fedha na kumuacha hai?

Matukio haya mawili licha ya kufanana yanatoa picha kwamba majambazi waliohusika na uporaji huo walikuwa na taarifa kamili za nyendo za wafanya biashara hao ikiwa pamoja na taratibu zao za utunzaji fedha. Pamoja na hilo pia ni dhahiri walijua ratiba ya uwekaji na utoaji fedha katika benki, na njia wanazopita wakati wa kwenda na kutoka benki. Ni wazi kwamba taarifa hizo zilipatikana kutoka kwa watu wa karibu na wahanga hao hususan ndugu, jamaa, marafiki, wafanya biashara wenzao, na au wafanyakazi wa benki ambazo wahanga hao walikuwa wameamini kutunza fedha zao.

Katika tukio lingine lililotokea siku ya Jumapili tarehe 17 Februari 2013 saa 12:45 asubuhi, mtu asiyejulikana alimuua kwa kumpiga risasi Padre Evarist Mushi wa kanisa Katoliki Zanzibar wakati akielekea kanisani kuongoza ibada. Tukio hilo lilileta utata mkubwa kuhusu sababu au lengo la muuaji huyo kwani hakuchukua kitu chochote kutoka kwa muhanga. Kama ilivyo katika matukio mengi ya uhalifu, inaonekana muuaji alikuwa akijua nyendo na au ratiba kamili ya Padre Mushi.

Kwa kawaida kabla ya kufanya shambulio lolote Majambazi, Magaidi na wahalifu wengine wenye mikakati hufanya maandalizi maalum. Maandalizi hayo huweza kufanyika kwa siku chache, wiki, miezi na hata miaka mingi kutegemea umuhimu, na ugumu wa windo wanalo kusudia kulivamia. Uchunguzi uliofanywa kufuatia matukio mbalimbali ya uhalifu umeonesha kwamba magaidi hufanya maandalizi ya muda mrefu na gharama kubwa zaidi kuliko majambazi. Kwa mfano, mwezi Septemba 2001 kundi la Al-Qaida chini ya uongozi wa Osama bin Laden lilitumia mamilioni ya dola za kimarekani kuandaa mashambulizi dhidi ya Marekani. Maandalizi hayo yalihusisha usaili wa watendaji, mafunzo ya urushaji ndege (urubani), na mafunzo ya kijeshi. Mafunzo hayo yaliyofanyika kwa usiri wa hali ya juu yaliliwezesha kundi hilo kuteka ndege tatu za abiria, na kuzitumia kulipua majengo ya World Trade Center (NY), ofisi za Pentagon (Washington DC).

Ingawa kila kundi la uhalifu hufanya maandalizi ya shambulio kwa kufuata kanuni na taratibu zake, yapo mambo kadhaa ya muhimu na hatua za msingi ambazo kila kundi la uhalifu huzifuata ili kuweza kufanikisha operesheni wanayokusudia kuifanya. Baadhi ya hatua hizo ni kama ifuatavyo:

1. KUTAMBUA WINDO (*Target Identification*)

Kutambua windo ndiyo hatua muhimu na ya kwanza kabisa katika maandalizi ya uhalifu. Katika hatua hii majambazi hutafuta taarifa za jumla kuhusu watu wenye fedha nyingi, wafanya biashara mashuhuri, mabenki, na mawindo mengine ambayo wanaamini kama wakiweza kuyavamia wataweza kujipatia fedha nyingi pasipo kuhatarisha usalama wao. Ili kurahisisha hatua hiyo, majambazi huorodhesha majina ya matajiri wenye udhaifu fulani, mabenki yenye ulinzi hafifu au taratibu mbovu za usafirishaji fedha, maduka makubwa yasiyo na ulinzi wa maana. Wengine wanaoweza kuingizwa katika orodha hii ni pamoja na wafanyakazi wa kawaida wenye magari yanayoweza kuporwa na kuuzwa kwa haraka, watoto wa matajiri wanaoweza kutekwa nyara ili kuwalazimisha wazazi wao kulipa kikombozi (*ransom*), wanasiasa mashuhuri na kadhalika.

Kwa vile hatua hii ya awali hufanyika kwa siri na huwahusisha wanachama muhimu tu wa kundi husika si rahisi hata kidogo kwa wewe (raia) kujua au kuhisi kwamba majambazi wamekuweka katika orodha ya mawindo. Hata hivyo kwa kujifanyia tathmini binafsi (*self-assessment*) unaweza kutambua kama majambazi wakipanga kufanya uhalifu katika eneo unaloishi au kufanya kazi utakuwemo katika orodha yao au hapana.

Magaidi huwa na mtazamo tofauti katika kuchagua mawindo yao. Kumbuka kwamba lengo la msingi la magaidi huwa si kujipatia fedha bali kujenga hofu katika jamii itakayo wasaidia kufanikisha malengo yao ya kisiasa, kijamii, kidini na kadhalika. Ili kuhakikisha kwamba tukio watakalofanya litaitikisa dunia au jamii wanayo ikusudia, magaidi huchagua windo muhimu na la kusisimua. Kama lengo lao ni kuteka nyara, au kufanya mauaji magaidi huchagua mtu maarufu, au mwenye wadhifa wa juu katika jamii ambaye kifo chake kitakuwa pigo kwa jamii husika, na kitaombolezwa na watu wengi. Kama lengo ni kulipua bomu, wahalifu hawa huchagua eneo maarufu, na lenye watu wengi ili kuweza kuua na kujeruhi watu wengi kadri iwezekanavyo na hivyo kusambaza hofu kubwa zaidi kwa wananchi au jamii iliyokusudiwa.

2.   UFUATILIAJI (*Surveillance*)

Baada ya kuorodhesha majina ya matajiri, sehemu mbalimbali za biashara, wamiliki wa magari mazuri, mabenki na maeneo mengine wanayoona yanafaa kuvamiwa majambazi huanza kufuatilia windo moja moja kwa lengo la kupata taarifa zitakazo wawezesha kuamua kama windo husika linafaa kushughulikiwa, au la.

Kama windo lililo pendekezwa ni mfanyabiashara tajiri majambazi hutaka kujua habari za jumla kuhusu mtu huyo hususan mahali anapoishi, namna nyumba yake ilivyokaa, mazingira yanayo zunguka nyumba hiyo, na ulinzi uliopo nyumbani hapo. Katika hatua hii majambazi huwa makini kutambua vikwazo vya dharura vinavyoweza kujitokeza wakati wa uporaji. Huchunguza mazingira yanayoizunguka nyumba ya windo kuhakikisha kuwa haipo karibu na kituo cha jeshi, polisi au kitu kingine chochote kinachoweza kuwaletea upinzani mkubwa. Majambazi pia hutafuta taarifa za jumla za majirani ili kuhakikisha kuwa hawatakuwa kikwazo kwa uporaji wanaoupanga.

Endapo lengo ni kupora gari majambazi hutaka kujua mahali mhusika anapo egesha gari lake, ulinzi wa gari na nyumba ya windo kwa ujumla, mazingira ya jumla yanayoizunguka nyumba na kadhalika.

Majambazi pia hutaka kujua muda ambao windo (*target*) hutoka nyumbani kwenda kazini, na muda wa kurudi; mahali gari linapoegeshwa wakati mwenyewe akiwa kazini, sehemu ambazo windo hupenda kutembelea wakati wa kazi na baada ya saa za kazi, na watu anao fuatana nao. Zaidi ya yote majambazi hutaka kujua na kuthibitisha kama mhusika hubeba silaha yoyote, kama amewahi kupata mafunzo ya kijeshi au anao uwezo wa kujilinda kwa mikono mitupu (*unarmed combat*).

Ikiwa lengo la majambazi ni kuvamia benki, au sehemu ya biashara (kwa mfano duka la jumla) majambazi hufanya ufuatiliaji wa karibu kutambua ulinzi uliopo katika duka au benki husika, nguvu na uwezo wa walinzi wanaokuwepo, aina ya silaha walizo nazo walinzi hao, uwezekano wa majirani au wapita njia kutoa msaada wa haraka endapo mtu wa ndani au nje akipiga kelele au kutoa taarifa polisi. Pamoja na mambo hayo majambazi pia hutaka kujua namna fedha zinavyotunzwa, utaratibu wa kuingiza au kutoa fedha katika sehemu hiyo kwenda benki, usafiri unaotumika, na ulinzi unaokuwepo wakati wa usafirishaji wa fedha hizo.

Majambazi huhakikisha kuwa taarifa wanazopata ni sahihi na za uhakika. Katika kukusanya taarifa hizi majambazi hutumia vyanzo mbalimbali vya habari ikiwa ni pamoja na wafanyakazi wa sehemu husika, majirani, vijana wenye umri mdogo ambao hawawezi kuwa na mashaka wanapoulizwa maswali, wafanyakazi wa ndani, na watu wengine wanao onekana kuwa na taarifa za maana kuhusu windo husika.

Pamoja na kukusanya taarifa za jumla katika kipindi hiki ndipo majambazi huanza kumfuatilia mwenye mali hatua kwa hatua, kwa kutumia gari, pikipiki, au usafiri mwingine wowote unaoendana na mazingira ya windo ili kuweza kuthibitisha nyendo zake, na kukadiria muda anaotumia kutoka sehemu 'A' kwenda sehemu 'B'.

Kwavile kazi ya ufuatiliaji ni ngumu na inayohitaji mbinu, vifaa, na utaalamu wa hali ya juu, majambazi hufanya makosa mengi ambayo huwaanika na kutoa mwanya kwa windo kuweza kuona dalili (*red flags*) za kuvamiwa.

3.   KUCHAGUA WINDO (*Target selection*)

Baada ya kupata taarifa za watu na maeneo mbalimbali waliyokuwa wakiyafuatilia, majambazi hufanya uchambuzi wa kina ili kuchagua windo moja linalofaa kutoka katika orodha ya mawindo yote waliyo yafuatilia. Kitendo hiki kitaalam huitwa *target selection*. Katika uchaguzi wao majambazi hupendelea windo nono, lakini lenye udhaifu mkubwa zaidi. Hii huwasaidia kuweza kulivamia windo husika kwa urahisi na kutoroka bila kupata upinzani mkubwa huku wakiwa wamejipatia fedha za kutosha.

Ili kufanikisha lengo hilo majambazi hutazama kwa makini kila chembe ya taarifa inayohusu kila windo, na kisha kuyaondoa katika orodha mawindo yote yanayoonekana kuweza kuleta upinzani mkubwa, yasiyo na fedha nyingi kama ilivyotarajiwa, na yale ambayo kufanikisha uvamizi wake kutagharimu fedha nyingi, maandalizi ya muda mrefu, na uwezekano wa kuhatarisha usalama wao.

4. UFUATILIAJI ZAIDI

Baada ya kuchagua windo linalofaa, majambazi huelekeza nguvu zao katika kutafuta habari za ndani zaidi zitakazowawezesha kupanga namna ya kuvamia na kupora. Mara chache sana majambazi huamua kuchagua mawindo mawili au matatu na kuyavamia siku moja (moja baada ya jingine) katika muda mfupi kadri iwezekanavyo. Hata hivyo majambazi wanaoweza kufanya hivyo ni wale wenye uzoefu wa hali ya juu, nyenzo za uhakika, na mara nyingi ni wale wanao shirikiana na polisi wasio waaminifu, au watumishi wa vyombo vingine vya dola wasio waaminifu.

Ili kupata taarifa sahihi na za ndani zaidi majambazi huwarubuni watu wa ndani, au wenye uhusiano wa karibu na windo wanalotaka kulivamia. Kama lengo lao ni kupora benki, au sehemu nyingine ya biashara majambazi hujitahidi kupata mfanyakazi wa sehemu hiyo anayeweza kuwapa taarifa kuhusu taratibu za utunzaji fedha katika benki, dukani, au ofisini. Taratibu za fedha kupelekwa benki au kuhamishiwa sehemu nyingine, au kupelekwa mikoani, taratibu za usafirishaji, muda na wakati fedha zinaposafirishwa, na ulinzi unaokuwepo.

Katika hatua hii majambazi pia hutembelea sehemu ya biashara, benki husika, au duka wanalotaka kulivamia na kujifanya kuulizia taarifa za kawaida kutoka kwa wafanyakazi au kununua vitu vidogo vidogo ili waweze kuona mabadilishano ya fedha na bidhaa (*transactions*) yanavyofanyika. Kitendo hicho huwasaidia sana majambazi kutambua udhaifu unaoweza kuwasaidia kupanga mbinu za kuvamia, kupora na kutoroka haraka iwezekanavyo.

Ikiwa lengo la majambazi ni kumuua mhusika kwa sababu nyingine yoyote ile, katika hatua hii Majambazi huanza kumfuatilia (kumfanyia *Surveillance*) mtu huyo kwa karibu zaidi ili kuijua ratiba yake kamili ya kila siku, tabia na nyendo zake, maeneo anayotembelea, watu anaokutana nao na kadharika.

Kwa vile kazi ya ufuatiliaji (*surveillance*) huhitaji utaalam, na uzoefu wa hali ya juu (na majambazi wengi hawana utaalam huo) katika hatua hii hufanya makosa mengi madogo na makubwa yanayoweza kuwaumbua ki urahisi. Hata majambazi waliowahi kufanya kazi katika jeshi la polisi, idara za upelelezi na vyombo vingine vya dola hujikuta wakifanya makosa yaleyale kwa kuamini kwamba mtu wanae muwinda hana utaalamu wowote wa kutambua kama anafuatwa (*Surveillance Detection Technics*). Vilevile, kutowekeza katika taaluma ya ufuatiliaji, kutokuwa na vifaa vya kisasa vya kazi hiyo, na kutokuwa na nguvu kazi ya kutosha huwafanya majambazi kufanya kazi yao katika kiwango cha chini au cha kati tu.

Kutokana na udhaifu huo, mtu anayewindwa (*target*) huwa katika nafasi nzuri ya kutambua kwamba ameanza kufuatwa na watu wasio wa kawaida, na hata kuwatambua majambazi hao kwa sura, umbo, jinsia, na usafiri wanaotumia.

5. MAANDALIZI YA SHAMBULIO

Baada ya kupata taarifa za kutosha kuhusu windo husika majambazi huandaa mkakati wa kutekeleza shambulio. Katika maandalizi hayo majambazi huzingatia mambo muhimu yafuatayo:

(i) **Mahali pa shambulio**

Majambazi huwa waangalifu sana katika kupanga mahali panapofaa kuvamia windo walilolichagua. Baada ya kuangalia sehemu zote ambazo windo hutembelea, majambazi huchagua *choke point* - mahali ambapo ni **lazima** windo lipite, au kuwepo katika muda husika hata kama windo hilo lina tabia ya kubadilisha njia.

Kama lengo la majambazi ni kupora gari, huweza kupanga kufanya shambulio nje ya nyumba ya mwenye gari, kazini kwake, au mahali pa starehe ambapo windo hupenda kutembelea. Kama lengo lao ni kupora gari linalo safirisha fedha kutoka, au kwenda benki majambazi hupanga shambulio mahali ambapo gari hilo lazima lipite wakati wa kwenda au kutoka benki.

Mfano halisi ni tukio la ujambazi lililofanyika katika daraja la Salender jijini Dar es salaam na kuandikwa katika kitabu hiki. Mazingira ya tukio hilo yanadhihirisha kwamba majambazi waliofanya uhalifu huo walikuwa na taarifa sahihi kuhusu nyendo zote za windo lao (mfanyabiashara wa kihindi waliyemuua), walikuwa wakijua njia ya kawaida (*route*) aliyokuwa akitumia mfanya biashara huyo kwenda na kutoka bank, pamoja na *choke point* (daraja la Salander) waliyofanyia uporaji huo.

Pamoja na kuchagua mahali pa shambulio majambazi pia hupanga muda mahususi wa kufanya shambulio kulingana na ratiba ya windo. Majambazi wanaopora magari mara nyingi hupanga kufanya mashambulizi nje ya nyumba majira ya asubuhi wakati windo likiwa linatoka nyumbani kuelekea kazini, au muda wa jioni wakati windo linaporudi nyumbani. Sehemu hizo ni *choke point* zisizo epukika kwa kuwa mhusika ni lazima atoke na kurudi nyumbani. Endapo nyumbani kwa windo kuna ulinzi wa kutosha au mazingira hayaruhusu majambazi kupora na kutoroka haraka bila usumbufu, majambazi hupanga kumvamia mwenye gari sehemu ya biashara, kwenye *bar*, sehemu ya ibada, au mahali pengine walipopatambua kutokana na ufuatiliaji waliofanya. Kama wataamua kufanya hivyo Majambazi huweza kumvamia mhusika anapokuwa akiteremka kwenye gari mara tu baada ya kuegesha, au akiwa anaingia garini tayari kwa kuondoka.

Kama sehemu zote zilizotajwa hapo juu zina ulinzi, na au mazingira yake hayaruhusu kufanikisha uvamizi kwa namna wanayotaka majambazi hupanga kufanya shambulio barabarani, na hasa maeneo ya taa za kuongozea magari (*Traffic lights*) mahali ambapo wanaweza kupora na kukimbia haraka bila kupata upinzani.

Kwa mfano, mwaka 2006 majambazi wenye silaha walilivamia gari la National Microfinance Bank (NMB) lililokuwa likisafirisha fedha kutoka Dar es salaam kwenda Morogoro. Uvamizi huo uliofanyika katika makutano ya barabara ya Morogoro na Sam Nujoma (Ubungo) majambazi walifanikiwa kupora shilingi milioni 150 kati ya shilingi bilioni moja zilizokuwa zikisafirishwa. Majambazi hao walifanikiwa kupora fedha hizo baada ya kuyashambulia kwa risasi magari ya kikosi cha polisi wa kutuliza ghasia (FFU) yaliyokuwa yakisindikiza msafara huo.

Kwa jinsi tukio hilo lilivyofanyika inaonesha wazi kuwa Majambazi waliamua kuvamia gari hilo mahali hapo (kwenye *choke point*) baada ya kuona kuwa haitakuwa rahisi kuvamia benki kutokana na ulinzi mkubwa unaokuwepo katika tawi hilo siku zote, mahali benki hiyo ilipo, na mazingira yanayo izunguka benki hiyo. Ni wazi kwamba majambazi waliamua kufanya tukio hilo mahali hapo ili kuwashitukiza polisi waliokuwa wakisindikiza msafara huo.

Bila shaka majambazi walijua kwamba askari hao wangekuwa makini zaidi mara tu baada ya kutoka nje ya mji kwa kudhani kuwa majambazi wangependelea kufanya uvamizi katika maeneo yenye mapori, na yasiyo na watu wengi kwa kuogopa msongamano wa watu na magari. Tukio hili pia linadhihirisha kwamba kikosi cha majambazi waliohusika na uporaji kilifanya kazi nzuri ya kukusanya taarifa za kiitelejensia kwa kuwatumia wafanyakazi wa ndani ya benki husika kiasi cha kujua nyendo sahihi za usafirishaji fedha za benki hiyo.

(ii) **Silaha**

Majambazi hutumia taarifa walizokusanya kupanga aina ya silaha, na nguvu kazi (idadi ya watu) wanaohitajika katika kufanya uporaji husika kutegemea ulinzi wa windo, na upinzani wanaotegemea kukutana nao wakati wa shambulio. Katika hatua hii ndipo majambazi hufanya uamuzi kama katika shambulio watakalofanya watalazimika kufanya mauaji au hapana. Katika tukio la uporaji wa gari la benki ya NMB lililotajwa hapo juu, inaonekana kwamba Majambazi walikusudia kufanya shambulio la mauaji ili kuwamaliza askari polisi (FFU) waliokuwa wakisindikiza gari lilolokuwa limebeba fedha. Majambazi hao walifanikiwa kulishambulia gari la polisi kwa bunduki za kivita (AK 47) kuwaua baadhi ya polisi, na kuwajeruhi wengine kabla ya kuchukua sanduku la fedha na kutoweka.

Magaidi wao huwa makini zaidi katika kuchagua aina ya silaha za kutumia katika shambulio ili kuweza kusababisha uharibifu zaidi. Kama lengo lao ni kumuua mtu, au kushambulia kikundi cha watu wachache, Magaidi hutumia bunduki (hasa AK 47), bastola, au mabomu madogo ya kurusha kwa mikono (*Hand grenade*).

Magaidi pia ni wataalam wa kutumia visu, vitanzi, na sumu za aina mbalimbali. Ikiwa lengo ni kulipua majengo, kundi kubwa la watu, gari moshi, au mabasi makubwa ya abiria, magaidi hutumia milipuko ya kutengeneza, au mabomu makubwa yanayotumiwa na wanajeshi. Baadhi ya milipuko inayopendwa zaidi na Magaidi ni pamoja na:

(a) *Amonium Nitrate Fuel* (ANFO)

Milipuko (mabomu) hii hutengenezwa kwa kuchanganya Amonium Nitrate na Mafuta (Organic Fuel) katika mazingira tulivu. Uchanganyaji wa viasili hivyo huhitaji utaalamu mkubwa, na uangalifu wa hali ya juu ili kuepuka hatari ya kulipuka kabla ya muda uliokusudiwa. Bomu lililotengenezwa kwa viasili hivi huweza kusababisha madhara makubwa kuliko bomu la *Trinitrotoluene*

(b) *Urea Nitrate*

Hili ni bomu linalotengenezwa kwa kutumia mbolea aina ya Urea ambayo hupatikana kwa wingi katika maduka ya pembejeo. Wataalam wa kutengeneza milipuko hii huchanganya Urea na Urea Nitrate pamoja na vitu vingine vinavyosaidia kulifanya bomu liweze kusababisha madhara makubwa zaidi.

(c) *Trinitrotoluene* (TNT)

TNT ina rangi ya maziwa na umbo linalofanana na kipande cha sabuni ya kufulia. Ili kusababisha madhara makubwa zaidi, Magaidi huweza kutumia vipande vya TNT pamoja na mlipuko mmoja kati ya miwili iliyotajwa hapo juu. Mlipuko huu ni chaguo la Magaidi wengi kwani ni rahisi kutumia, na kusafirisha. TNT hupatikana kwa wingi kwa sababu hutumika jeshini, na pia katika shughuli za ujenzi wa barabara na reli (kulipua miamba), na uvuvi haramu.

(d) *Recket Propelled Grenade* (RPG)
Bomu hili dogo la kurusha kwa rocket ni kipenzi kikubwa cha Magaidi. Kutokana na urahisi wake wa kubeba na kutumia, vikundi vingi vya kigaidi hutumia silaha hii kusambaratisha magari na vifaru vya wana usalama. Magaidi pia hutumia silaha hii kulipua majengo, magari, na ndege (*Aeroplane*). Magaidi pia hupenda kutumia mabomu madogo ya kutupa kwa mkono (*Offensive hand grenade*) kushambulia mikusanyiko ya watu na magari ya usafiri. Kwa mfano, mwaka 2012 Magaidi wa kikundi cha Al-Shabaab walitumia *hand grenade* kushambulia basi dogo la abiria (Matatu) lilokuwa likisafirisha abiria jijini Nairobi. Shambulio hilo lilikuwa na lengo la kuilipiza kisasi serikali ya Kenya kwa kupeleka wanajeshi wake nchini Somalia.

(iii) **Njia ya Kutorokea** (*escape route*)
Mojawapo ya vitu vya msingi ambavyo Majambazi huangalia kwa makini wakati wa kupanga mashambulizi ni njia ya kutorokea baada ya kufanya uporaji. Majambazi huhakikisha kuwa njia wanayochagua ni ya uhakika, salama, na itakayo wawezesha kutoweka haraka iwezekanavyo. Ili kupunguza vikwazo vinavyoweza kujitokeza majambazi hupanga kufanya shambulio mahali panapotoa mwanya wa kukimbia hata kama polisi, au wananchi watawahi kufika kwenye eneo la tukio ili kutoa msaada.

Endapo sehemu ya biashara, nyumba, au benki wanayopanga kuvamia ipo katika eneo lenye msongamano mkubwa wa magari, majambazi hupanga

GODWIN CHILEWA

kutumia usafiri wa pikipiki (badala ya gari) ili waweze kupenya kwenye msongamano na kukimbia. Kama ni lazima sana kutumia gari katika uvamizi huo majambazi hupanga kufanya tukio muda ambao msongamano wa magari huwa umepungua.

Ili kuwahadaa Polisi na wananchi watakao shuhudia tukio, majambazi hupenda kutumia magari ya wizi ambayo huyapora muda mfupi kabla ya uporaji mkuu. Kufanya hivyo huwasaidia kutotambuliwa, na kutoweka kwa urahisi kwa kutelekeza gari walilotumia katika uporaji na kuteka gari la ziada. Mara nyingi majambazi huwa na gari maalum, pamoja na dereva anayewasubiri mahali walipopanga ili kukamilisha zoezi la kutoroka.

Pamoja na kuandaa njia ya kuondokea mahali pa tukio, Magaidi wao huandaa pia hati za kusafiria (*Passport*), tiketi za ndege, na fedha taslimu za kuwasaidia kuondoka kabisa katika nchi waliyofanya shambulio kwenda mafichoni. Magaidi hujitahidi kupata hati zaidi ya moja ili waweze kubadili utambulisho (*identity*) wao kila wanapohisi wanaweza kutambulika. Magaidi pia hupenda kutumia njia zisizo rasmi kama majahazi (yasiyopita bandarini) na vijia vya porini kukimbia eneo walilofanya tukio, kwenda mji au nchi nyingine.

6. SHAMBULIO

Endapo Majambazi wamefanikiwa kukamilisha hatua zote zilizoelezwa hapo juu bila kugundulika au kubugudhiwa, uwezekano wa kufanikisha uhalifu waliopanga huwa ni mkubwa kiasi cha asilimia 90. Asilimia 10 ya kutofanikiwa huweza kusababishwa na dharula mbalimbali zinazoweza kujitokeza wakati wa utekelezaji wa shambulio. Dharura hizo ni pamoja na kugoma kwa silaha (*misfire*), windo kubadilisha ratiba au nyendo zake ghafla (kupatwa na dharura) na hivyo kutotokea katika *choke point*, na au polisi au wanajeshi kutokea katika eneo la tukio muda ambao majambazi walipanga kufanya mashambulizi. Sababu nyingine ni pamoja na kuharibika kwa chombo cha usafiri, mabadiliko ya hali ya hewa (Mvua kubwa, kimbunga, tetemeko n.k), au windo kuwa na mbinu bora zaidi za kujilinda kuliko majambazi walivyofikiria.

Kwa mfano, mwaka 1985 majambazi waliovamia ofisi ya uhasibu ya kampuni ya bia Tanzania (TBL) iliyoko eneo la barabara ya Uhuru jijini Dar es salaam, walijikuta katika wakati mgumu sana baada ya msafara wa rais Ali Hassan Mwinyi kupita katika barabara hiyo na kusababisha barabara kufungwa kwa muda. Majambazi hao walijikuta wakikamatwa kwa urahisi na wengine kuuawa baada ya kulitupia risasi gari la Polisi lililokuwa likiwafuata kwa kasi huku likiwa limewasha taa za tahadhari na kupiga king'ora.

Majambazi walijitia matatani kwa sababu hawakuwa na taarifa kuwa muda waliopanga kufanya uvamizi ndio muda ambao msafara ungepita kuelekea uwanja wa ndege na hivyo magari ya kikosi cha kutuliza ghasia (FFU) kuwa katika utaratibu wa kawaida wa kusafisha njia ili rais aweze kupita kwa usalama. Wakati huohuo, askari waliokuwa katika gari la polisi (FFU) nao walikuwa hawajapata taarifa zozote kuhusu tukio la ujambazi lililokuwa limetokea TBL na hivyo baada ya kutupiwa risasi walipagawa kwa kudhani kuwa wahalifu hao walikuwa ni wahaini, wenye lengo la kumdhuru rais, hali iliyozua kizaizai.

Katika tukio lingine lililotokea mwaka 2001 eneo la Magomeni mapipa jijini Dar es salaam, majambazi wawili waliuawa kwa kupigwa mawe na wananchi wenye hasira baada ya bastola waliyokuwanayo kugoma kufyatua risasi (*Misfire*) na kuwafanya wananchi waliokuwa katika eneo hilo kuamini kuwa bastola hiyo ni ya bandia.

Kwa ujumla, ni rahisi na salama zaidi kuwazuia

majambazi kufanya uhalifu wakati wakiwa katika hatua ya maandalizi. Wakiisha kamilisha mipango na taratibu zote majambazi hujikuta wakiwiwa kutekeleza uporaji ili kurudisha gharama waliyopoteza kwa maandalizi, na kuwathibitishia watu waliowasaidia kuwapa taarifa za kiitelejensia (kuhusu windo) kwamba wao ni watu wa kuaminika, mashujaa, na wanaweza kuaminika kufanya kazi nyingine yenye malipo mazuri zaidi.

———————

JE! WEWE NAWE
NI WINDO?

Katika hali ya kawaida si rahisi kwa mtu asiye   na mafunzo maalum ya usalama kuweza kutambua kama yuko katika hatari ya kuvamiwa au la. Hata hivyo, kuwa na elimu ya jumla ya mambo ya usalama, kujenga tabia ya umakini, na kufanya mazoezi mbalimbali ya kujenga hisia zako (ubongo) kunaweza kukusaidia kupunguza kwa kiasi kikubwa uwezekano wa kuvamiwa na wahalifu. Ni muhimu sana kwako, wewe binafsi kutengeneza mazingira magumu yatakayowafanya majambazi kukata tamaa ya kukufanyia uhalifu, na hivyo kuamua kutafuta windo lingine badala yako.   Mojawapo ya njia rahisi ya kuwavunja moyo majambazi na magaidi ni kutowapa nafasi ya kupata taarifa zako muhimu za kuwawezesha kupanga mashambulizi dhidi yako. Zingatia kuwa pasipo kujua mambo yako hawawezi kupanga mashambulizi dhidi yako. Sio rahisi hata kidogo.

Njia nyingine nzuri ya kujilinda ni kujifanyia uchunguzi binafsi (*Self-Assessment*) unaoweza kukusaidia kutambua dalili za hatari, au uwezekano wa kushambuliwa na majambazi kabla hawajafikia hatua ya kutekeleza shambulio lao. Zingatia kuwa katika dunia ya leo kila unapojitahidi kuboresha kiwango cha maisha yako na kuepuka umaskini, ndivyo unavyokuwa kivutio kikubwa

GODWIN CHILEWA

zaidi kwa majambazi na wahalifu wengine wenye tamaa ya
kujitajirisha kwa jasho la watu wengine. Vilevile kila
unapojiingiza au kushiriki kikamilifu katika masuala ya
kijamii hususan siasa, dini, na harakati nyingine za
kimapinduzi, ndivyo unavyokuwa kivutio kikubwa zaidi
kwa Magaidi wenye mtazamo na malengo tofauti na yale
unayoyasimamia.

UCHUNGUZI BINAFSI

Kujifanyia uchunguzi binafsi (*Self-Assessment*) ni hatua
ya kwanza muhimu katika kujilinda na wahalifu. Kwa
kujifanyia uchunguzi binafsi ndipo unapoweza kujua
kama wewe ni windo, au kwa kiasi gani uko katika hatari
ya kuvamiwa na majambazi, magaidi au vibaka. Ili uweze
kufaidika na uchunguzi binafsi ni muhimu uwe mkweli
katika kuweka bayana tabia, mwenendo wa maisha
(*Lifestyle*) na hali yako ya kiuchumi katika mizani. Watu
wengi wasiojua kuchunga mienendo yao hufanya mambo
mengi ya kujifurahisha (wanayodhani kuwa ni ya kawaida)
ambayo huwaingiza katika balaa la kuvamiwa na
Majambazi pasipo kujua.

Kwa mfano, wanaume wengi wenye kipato cha juu, na
kati huwa na tabia ya kupenda kujionesha kwamba wana
pesa nyingi ili kuwavutia wanawake, na kuinua hadhi
(*Status*) yao. Vijana wenye tabia hii hutumia fedha nyingi
katika mabaa, na sehemu nyingine za starehe huku
wakitangaza hadharani namna wanavyojua kutengeneza
fedha. Kwa kufanya hivi vijana hawa bila kujua
huwasaidia majambazi kupata taarifa zao kwa urahisi na
kupanga mikakati ya kuwapora fedha, magari, au vitu
vingine wanavyojivunia.

Zipo njia nyingi unazoweza kutumia katika kujifanya
uchunguzi binafsi; hata hivyo njia rahisi na ya haraka zaidi

ni kutumia **Tathimini ya Usalama Binafsi** *(PSQ 1)* ambayo ni mlolongo wa maswali unayopaswa kuyajibu ili kujua kama wewe ni kivutio cha majambazi au magaidi, na kama ulinzi ulionao unaweza kuwazuia wahalifu hao kukuvamia nyumbani, kazini, sehemu ya biashara, au mahali pengine popote. Ni rahisi kutengeneza na kutumia *PSQ 1* kwani unaweza kuirekebisha kulingana na mazingira unayoishi.

Ili kujua kama wewe ni windo au uko salama unatakiwa kujibu maswali yaliyo orodheshwa katika *PSQ 1* kwa kujipa alama *(score)* 1 hadi 10. Zingatia kwamba alama 1 inasimama badala ya HAPANA, au uwezekano mdogo kabisa, na alama 10 inasimama badala ya NDIYO au uwezekano mkubwa kabisa. Unapaswa pia kutumia alama za kati 2 hadi 9 kwa kadri zinavyohitajika kulingana na kupanda au kushuka kwa alama *(score)* zako. Baada ya kujibu maswali yote yaliyoulizwa kwa usahihi na umakini (bila kujizidishia au kupunguza) jumlisha alama *(score)* ulizopata kwa kila swali ili kupata jumla kamili.

Endapo utakuwa umepata alama nyingi zaidi basi wewe ni kivutio kikubwa kwa Majambazi na uko katika hatari kubwa ya kuvamiwa. Kama alama ulizopata ni ndogo (Chini ya wastani) basi wewe si kivutio kikubwa cha Majambazi.

TATHIMINI YA USALAMA BINAFSI (PSQ 1)

Hali yako ya kifedha

- Unafanya kazi au biashara inayokuingizia fedha nyingi kwa mkupuo?
- Kipato chako ni cha juu, na hali yako ya kifedha ni nzuri?
- Biashara zako ni maarufu na zinafahamika na watu wengi?

- Wewe ni mtu maarufu?
- Watu wengi wanajua kuwa una fedha nyingi?
- Una fedha nyingi kwenye akaunti yako benki?
- Una tabia ya kutembea na fedha nyingi taslimu?
- Aina ya biashara unayofanya inakufanya ulazimike kubeba fedha kichele (Cash)?
- Unasafiri mara kwa mara kwenda nje ya nchi?
- Unafanya biashara haramu?
- Maisha yako ni ya hali ya juu?
- Una tabia ya kutumia fedha nyingi?
- Wewe binafsi huna pesa nyingi, lakini kazini kwako unashika au kutunza funguo za sanduku au chumba cha kutunza fedha?
- Wewe ni mtu mwenye madaraka makubwa kazini?

Ulinzi binafsi

- Huna utaalamu wowote wa mbinu za kujilinda
- Humiliki bunduki wala silaha nyingine yoyote
- Huna tabia ya kuchunguza mienendo, au tabia za watu unao kutana nao, wanaokufuata, au kutaka kuwa karibu nawe
- Hujawahi kupata mafunzo yoyote ya kijeshi, au Ulipata mafunzo hayo miaka mingi iliyopita
- Huna ujuzi wa kujilinda kwa mikono mitupu
- Huna mazoea ya kuchungulia, au kuchunguza Mazingira ya nje ya nyumba yako kabla ya kutoka
- Huna tabia ya kukagua nyumba yako baada ya Kuingia ndani hata kama uko peke yako
- Kiwango chako cha elimu ya usalama wa mtu binafsi ni cha chini
- Huna wasiwasi, na wala hufikirii kwamba unaweza kuvamiwa na Majambazi

Ulinzi wa Nyumbani (residential security)

- Nyumba unayoishi haina uzio, ukuta, au michongoma ya kuwazuia watu kusogelea jengo.
- Nyumba yako ina ulinzi hafifu
- Huna mlinzi wa uhakika mwenye bunduki
- Nyumba yako imejitenga mbali na nyumba nyingine
- Hakuna kituo cha Polisi au kambi ya jeshi karibu na nyumba yako
- Nyumba unayoishi inafikika kwa urahisi kwa gari, pikipiki au chombo kingine cha usafiri.
- Nyumba hiyo haina kengele za tahadhari (Alarm System)
- Nyumba haina kamera za usalama (CCTV).
- Nyumba haina taa kubwa za usalama (Security lights)
- Huna Mbwa waliofundishwa ulinzi

Ulinzi katika sehemu za kazi

- Ofisi au mahali pako pa kazi hapana ulinzi madhubuti
- Ofisi yako inashughulika na kufanya mauzo kwa pesa taslimu
- Fedha za biashara huhifadhiwa ofisini hapo kwa Muda kabla ya kupelekwa benki.
- Sehemu unayofanya kazi iko mbali na kituo cha polisi au kambi ya jeshi
- Hakuna polisi wenye bunduki wanaofanya doria kuzunguka eneo lako la kazi
- Ofisi ina mlinzi dhaifu, asiye na silaha au anayeweza kudhibitiwa kwa urahisi.
- Ni sehemu huru ya biashara hivyo watu wanaingia na kutoka kadri wapendavyo.
- Baada ya mauzo fedha husafirishwa kwenda benki bila ulinzi wa uhakika
- Sehemu ya biashara inaruhusu vyombo vya usafiri Kufika kwa urahisi

- Watu wengi wanafahamu kuwa ofisi au biashara yako inaingiza fedha nyingi
- Majambazi wamewahi kupora fedha
- Majambazi wamewahi kujaribu kupora fedha lakini hawakufanikiwa

Usafiri

- Unamiliki gari mpya ya thamani?
- Gari unayoendesha si mpya lakini inawavutia wengi?
- Gari unayoendesha inaweza kuuzwa kwa urahisi na kwa bei nzuri?
- Gari unayoendesha inaweza kuuzwa ili itumike kwa vipuri?
- Gari unayoendesha inaaminika kwa uimara, au uwezo wa kuhimili misukosuko ya barabara mbovu?
- Una mazoea ya kulaza gari yako nje ya nyumba, au mahali pengine pasipo na ulinzi wa uhakika?
- Unaitumia gari hiyo kwa safari zako zote?
- Una mazoea ya kuegesha gari yako kwenye maegesho Ya majumba ya starehe?

Mahusiano na watu wengine

- Una mahusiano mabaya na jirani zako?
- Una tabia ya kudhulumu watu?
- Umewahi kudhulumiwa na wafanya biashara Wenzako fedha nyingi?
- Una tabia ya kutolipa madeni?
- Una tabia ya kujenga uhusiano wa kimapenzi na wake, au waume wa watu wengine?
- Unaishi na mwanamke au mume uliyempora mtu mwingine
- Watu wengi wanadai unaringa, au huna msaada kwa mtu
- Wewe ni kiongozi wa juu au shabiki maarufu wa

Chama fulani cha siasa?
- Wewe ni kiongozi au shabiki wa chama kinachoipinga serikali?
- Fikra, mawazo, na vitendo vyako vinapingana na serikali iliyopo madarakani?
- Unatumiwa na watu wakubwa (viongozi) kufanya biashara, au mikataba kwa niaba yao?
- Wewe ni kiongozi wa jumuia ya kidini?
- Dini yako inapingwa waziwazi na watu wanao aminika kufanya vitendo vya kigaidi?

Kama wewe ni kiongozi, au mtu mwenye madaraka makubwa unapaswa pia kujiuliza maswali haya:
- Una gari au chombo kingine cha usafiri ulichokabidhiwa kutokana na wadhifa wako?
- Gari au chombo hicho cha usafiri kinakufanya uonekane mtu wa hadhi ya juu na mwenye uwezo wa kifedha kuliko wengine?
- Huna dereva maalum.
- Una dereva lakini hana mafunzo yoyote ya kijeshi wala mbinu za kujilinda kwa mikono mitupu (*unarmed combat*)
- Dereva wako hana mafunzo maalum ya kutambua watu wanaomfuatilia (*surveillance detection techniques).*
- Unaweza kubadilishiwa dereva muda wowote bila kutoa maoni yako.
- Dereva wako huwa habebi silaha yoyote.
- Dereva wako hana tabia ya kukagua gari kabla ya Kuanza safari.
- Gari unayotumiwa huegeshwa katika maeneo yasiyo Na ulinzi maalum.
- Huvai na wala huna fulana isiyopenya risasi (*Body Armor*)
- Unapokuwa safarini una tabia ya kusoma vitabu au

magazeti, au kulala usingizi.

- Huna walinzi (*Bodyguards*)
- Una walinzi lakini hawana mafunzo ya kuweza kupambana na magaidi wenye ujuzi wa hali ya juu.
- Kutokana na majukumu yako umejijengea uadui Mkubwa na watu wengine wenye fedha au madaraka serikalini.
- Umewahi kupokea simu au barua za vitisho.
- Jukumu la kujilinda ni lako binafsi, serikali au shirika lililo kuajiri haliwajibiki kukupa ulinzi.
- Wafanyakazi ulionao nyumbani hawakufanyiwa upekuzi (*Vetting*).
- Una tabia ya kufukuza au kubadilisha wafanyakazi wa ndani (*House boys* na *House girls*) wanapofanya makosa madogo.
- Una tabia ya kuwafokea, au kutupiana maneno makali na wafanya kazi wako.
- Hujui mahali (nyumbani) wafanyakazi wako wanakotoka.
- Wafanyakazi na watu wengine wanaokuzunguka wanafahamu ratiba yako yote ikiwa pamoja na safari zako za ndani na nje ya nchi.
- Huna tabia ya kubadilisha vitasa vya milango hata baada ya kufukuza au kubadilisha wafanyakazi.
- Nyumbani kwako huna walinzi waliofanyiwa upekuzi (*Vetting*)
- Walinzi ulionao si polisi wala wanajeshi hivyo hawana uwezo wa kumkamata, au kumuweka mtu chini ya ulinzi (*Power of arrest*).
- Unalindwa na mwanamgambo mwenye bunduki, lakini hana mafunzo ya kutosha kuhusu matumizi ya silaha wala mbinu za kujilinda kwa mikono mitupu.
- Walinzi wako hawana mafunzo ya kutambua watu wanaofanya ufuatiliaji.

- Walinzi wako wana tabia ya kufanya mazungumzo na Watu mbalimbali wakati wakiwa katika lindo.
- Huna tabia ya kukutana na majirani zako ili kujadili usalama wa eneo lenu.
- Unamiliki bunduki au bastola, lakini muda wote huwa unaiacha nyumbani.
- Unafanya kazi katika maeneo hatarishi.
- Huna uhusiano mzuri na majirani, au watu wanaokuzunguka

Pamoja na sifa nyingine zote zilizotajwa katika kurasa zilizotangulia, mambo yafuatayo pia yanaweza kusababisha au kuchangia kukufanya kuwa windo la magaidi:

- Sehemu unayofanya kazi au kuishi ni makao ya kikundi cha kigaidi kinacho fahamika.
- Wewe ni kiongozi wa juu katika serikali, chama cha siasa, au taasisi ya dini
- Wewe, mwenzi wako au mmoja wa wanafamilia yako ni mwanaharakati anayeunga mkono itikadi zinazopingwa na magaidi.
- Wewe ni afisa wa idara mojawapo ya ulinzi na usalama inayopambana na ugaidi
- Wewe ni raia, au mkazi wa nchi yenye uadui wa waziwazi na vikundi vya ugaidi.
- Wewe ni mtu mwenye uwezo wa kutoa maamuzi yanayoweza kuwapa faida au kuwatia hasara watu wenye madaraka ya juu, au uwezo mkubwa wa kifedha
- Unafanya kazi au kuishi katika nchi yenye migogoro Ya kisiasa au vita vya wenyewe kwa wenyewe
- Unaishi katika nchi ambayo ina historia ya Kushambuliwa na magaidi
- Unafanya kazi katika ubalozi wa nchi nyingine ulioko

katika nchi yako
- Unafanya kazi katika ubalozi wa nchi yako ulioko
  Katika nchi nyingine (ughaibuni)

Zingatia kuwa mahusiano yako na watu wengine yanaweza kuchangia kwa kiasi kikubwa kukulinda au kukuangamiza. Hii ni kwa sababu unaishi na watu wa aina mbalimbali; unaotofautiana nao kiakili, kiimani, kielimu na kimtazamo. Kwa hiyo ni vizuri kujua tabia za watu unaoishi nao katika jamii, kuepuka marafiki wabaya, au watu wenye tamaa ya fedha chafu wanaoweza kukuuza ili kujipatia fedha kidogo tu.

Vilevile, ni muhimu sana kujenga uhusiano mwema na majirani zako ili waweze kukusaidia katika jitihada zako za kujilinda wewe binafsi pamoja na familia yako. Kwa kawaida watu wa hali ya chini na wanao dharaulika katika jamii huweza kuwa na msaada mkubwa sana katika kuwatambua watu wabaya. Ni vizuri kumheshimu kila mtu, na kujenga uhusiano mwema na watu wa aina zote bila kujali kipato chao, elimu, madaraka au dini wanazoamini.

Ni muhimu pia kujiepusha na tabia mbaya ya kudhulumu watu wengine. Yapo matukio mengi ya ujambazi ambapo watu mbalimbali wameuawa au kujeruhiwa na watu waliodhaniwa kuwa ni majambazi wa kawaida lakini baadaye uchunguzi ukabaini kuwa wauaji hao hawakuwa na lengo la kupora fedha au vitu vya thamani, bali kulipiza kisasi kwa dhuluma waliyofanyiwa na marehemu. Kwa hiyo kila unapofikiria kumdhulumu mtu mmoja kumbuka kwamba unajitumbukiza katika hatari ya kujeruhiwa vibaya, au kuuawa wewe pamoja na familia yako.

Kama wewe ni mfanya biashara, ni muhimu ujizoeze tabia ya kuwachunguza na kuwajua watu wenye hisa, au wamiliki wa makampuni ya biashara unayoingia nayo mikataba ya biashara yenye faida kubwa, au malipo mengi. Yapo matukio kadhaa ambapo wafanyabiashara wenye tamaa wamebainika kutumia uwezo wao wa kifedha kukodisha majambazi ili wawaue washirika wao (*Partners*) ili wao waweze kumiliki mali zote, au waweze kukwepa kulipa madeni wanayodaiwa. Matukio ya aina hii huwapata wafanyabiashara ambao pasipo kujua huingia mikataba, au kuwakopesha fedha nyingi majambazi, au watu wenye uhusiano na makundi ya majambazi.

Wapo pia watu wengi waliowahi kujeruhiwa vibaya, au kuuawa na kuporwa mali zao kwa sababu tu ya kuwa na uhusiano wa kimapenzi na wake, au waume za watu. Matukio ya aina hii husababishwa na wivu uliokithiri, au hasira inayolipuka baada ya mtu kuporwa mke au mume wake na hivyo kuamua kulipiza kisasi. Watu wanaokumbwa na mikasa hii ni wale wenye mazoea ya kuchukua wanawake wa mitaani wenye uhusiano na majambazi, wafanya biashara na watumiaji wa madawa ya kulevya, na wanawake au mahawara wa maaskari wasiokuwa na nidhamu.

Aidha kama wewe ni kiongozi wa chama, au mshabiki mkuu wa chama kimojawapo cha siasa, unapaswa kuwa makini na mazingira unayotembelea au kufanyia shughuli zako hasa katika vipindi vya chaguzi mbalimbali. Katika kipindi hicho baadhi ya wanachama wakorofi wa vyama vya siasa hufanya mikakati ya kushambulia mikutano ya vyama pinzani, na kuwajeruhi wagombea wao ili kuwatisha raia wengine kuviunga mkono vyama hivyo.

Kwa kifupi unapojiingiza katika harakati zozote za kutetea haki, kupinga serikali, au kudai maslahi yako binafsi na au ya kijamii unapaswa kuwa makini na watu wanaoweza kukufanyia vitendo vya kigaidi kwa lengo la kukunyamazisha, kulipiza kisasi, au kutoa onyo kwa wengine. Wana harakati katika nchi nyingi duniani wameuawa, au kujeruhiwa kutokana na misimamo yao.

Kwa mfano tarehe 26 Juni 2012 majira ya saa moja jioni, watu wasiojulikana walimteka nyara kiongozi wa chama cha madaktari nchini Tanzania Dk. Steven Ulimboka na kumpeleka katika msitu wa Mabwe Pande ambako walimpiga na kumtesa kiasi cha kuwa nusu mfu.

Daktari huyo (ambaye katika kipindi hicho alikuwa akiongoza mgomo wa madaktari nchini Tanzania uliokuwa na lengo la kuishinikiza serikali kuwaongezea madaktari mishahara na marupurupu mengine) alitekwa nyara maeneo ya Kinondoni *Leaders Club* alikokuwa amekwenda kukutana na mtu aliyejitambulisha kwake kuwa ni afisa wa idara ya Usalama wa Taifa. Dk Ulimboka alinusurika kufa baada ya kuokotwa na wasamaria wema ambao walimkimbiza hospitali.

Serikali ya Tanzania ilitoa tamko rasmi kukanusha kuhusika kwa namna yoyote ile na kutekwa nyara kwa Dk. Ulimboka. Hata hivyo tukio hili limewafanya wananchi wengi kuamini kwamba hata katika nchi zinazoaminika kufuata utawala wa sheria (kama Tanzania) bado upo uwezekano mkubwa wa wanaharakati kufanyiwa vitendo vya kinyama, kudhulumiwa haki zao, na hata kuuawa.

KUTAMBUA NYENDO ZA KUTIA MASHAKA

Kama ilivyoelezwa katika sura zilizotangulia, siyo rahisi hata kidogo kumtambua jambazi au gaidi kwa kumuangalia sura, umbile, kabila, dini, rangi, au asili yake. Majambazi na magaidi huwa ni watu wa kawaida na mara nyingine wanaweza kuwa ndugu, marafiki, au watu wengine unaowafahamu. Hata hivyo ukiwa makini unaweza kutambua tabia, nyendo, au vitu vingine visivyo vya kawaida vinavyoonesha nia au dalili ya kutenda uhalifu, na au maandalizi ya kutoroka baada ya kufanya uhalifu.

Pengine utajiuliza swali hili: "Unawezaje kutofautisha tabia au nyendo za kawaida na nyendo zisizo za kawaida, au za kutia mashaka?" Ki msingi hakuna nyendo au tabia maalum za kutia mashaka; nyendo au tabia za kawaida katika mazingira na wakati fulani zinaweza kuwa za kutia mashaka katika mazingira na wakati tofauti. Kwa mfano, ni kitu cha kawaida kwa mwananchi yeyote kuwa na hati ya kusafiria (*Passport*). Lakini kama ukienda nyumbani kwa rafiki yako (kumtembelea) na ukabahatika kuziona hati sita (6) za kusafiria zenye picha yake, majina tofauti na uraia wa nchi mbalimbali bila shaka utapata wasiwasi na kujiuliza maswali mengi kuhusu mtu huyo. Hata hivyo wasiwasi wako unaweza usiwe mkubwa sana endapo

91

utakuwa unafahamu kwamba rafiki yako huyo ni afisa wa usalama wa Taifa, au mkuu wa idara nyingine ya serikali inayohusika na mambo ya ujasusi. Lakini endapo mtu huyo ni mfanya biashara wa kawaida, na hati za kusafiria umezikuta zikiwa zimefungwa katika mfuko wa plastiki na kufichwa katika tanki la kuhifadhia maji ya kusukuma uchafu chooni, au sehemu nyingine isiyo ya kawaida, bila shaka wasiwasi wako utakuwa mkubwa zaidi.

Vilevile kama utaingia ndani ya chumba cha rafiki yako anayefanya biashara ndogo ndogo na kukuta silaha aina ya *Rocket Propelled Grenade* (RPG) bila shaka hutahitaji kuambiwa na mtu yeyote kwamba mtu huyo ni hatari. Hata hivyo wasiwasi wako unaweza kuwa mdogo au usiwepo kabisa endapo rafiki yako huyo ni Jenerali wa jeshi, na nje ya nyumba yake kuna platuni ya jeshi inayomlinda.

Au vipi kama ukimuona mtu mmoja amesimama katika dirisha la chumba cha hoteli inayotazamana na makao makuu ya jeshi la polisi akiwa ameshikilia kamera ya video akielekea kurekodi utaratibu wa kuruhusu magari yanayoingia na kutoka katika jengo hilo? Bila shaka utapata tashwishi ya kujua mtu huyo ni nani na kwanini anatumia muda wake kurekodi utaratibu huo. Hata hivyo wasiwasi wako unaweza kupungua, au kuondoka kabisa endapo utamtambua mtu huyo kuwa ni mpiga picha maarufu wa kituo kimojawapo cha Televisheni nchini mwako.

Kwa ujumla unapaswa kutumia hekima, elimu uliyo nayo, na uzoefu wako katika masuala ya kijamii kusoma tabia za watu na mazingira yanayo kuzunguka ili kufikia uamuzi sahihi.

1. KUWA MAKINI NA TABIA ZA WATU

(a) *Tambua maana ya kila tendo*

Pamoja na kutumia lugha katika mawasiliano binadamu pia hutumia ishara (*nonverbal messages*) katika kuwasiliana. Baadhi ya ishara hizo hufanana (huwa na tafsiri moja) katika ulimwengu mzima na nyingine hutofautiana kati ya kabila na kabila, au taifa na taifa. Jifunze kutambua maana ya kila ishara na kila tendo katika mazingira uliyopo na hasa ishara zinazoweza kutumiwa na wahalifu.

(b)Tambua mila na desturi za watu

Jifunze mila na desturi za watu wa mahali ulipo. Kufanya hivyo kutakuwezesha kutambua vitendo visivyo vya kawaida na au vitendo vinavyoashiria maandalizi ya kufanya uhalifu. Kumbuka kuwa ustaarabu wa kawaida katika jamii fulani unaweza kuwa tabia ya ajabu kwa jamii nyingine. Kwa mfano, kutokana na mila zao ni kawaida ya morani wa kimasai kubeba rungu, fimbo na upanga wenye makali kuwili (sime) kila wanapokwenda. Kwa hiyo kama ukikutana na kundi la wamasai usiku (wakiwa wamebeba silaha zilizotajwa) bila shaka hutakuwa na haja ya kubabaika wala kukimbia. Lakini kama ukikutana na kundi la vijana wa kawaida (watoto wa mjini) wakiwa wamebeba silaha hizohizo bila shaka utakuwa umeangukia katika kundi la vibaka.

Vilevile ni kawaida ya askari wa upelelezi (detectives) na watumishi wengine wa vyombo vya dola nchini Marekani kutembea wakiwa wamebeba silaha (*pistol au revolver*) hata kama hawakuvaa sare za kazi (*uniform*). Silaha hizo huwekwa katika *hoster* na kufungwa kwa mkanda kiunoni. Ili kuweza kutambulika kwa urahisi askari hao hutakiwa kuweka kitambulisho cha kazi (*badge*) kando ya silaha ili mtu atakayeiona silaha aweze pia kuona kitambulisho. Kutokana na kuzoeleka kwa utaratibu huo, wananchi wa Marekani huweza kumripoti polisi mtu yeyote anayeonekana kubeba bastola hadharani bila kuwa na kitambulisho au kuvaa sare. Kama askari akidondosha kitambulisho chake bila kujua anaweza kujikuta akikamatwa na askari au maafisa wengine wa vyombo vya dola na kuchukuliwa hatua za kisheria.

(c)Tambua vitendo vinavyohusiana (Correlation)
Kila tendo huwa na maana fulani na linaweza kukusaidia kujua tabia au kujenga hisia fulani kuhusu mhusika. Hata hivyo si vizuri kufikia hitimisho, au kutoa maamuzi kutegemea tendo moja tu uliloliona au kusikia kwani unaweza kujikuta ukidanganywa na kuingizwa mtegoni kwa urahisi. Zingatia kwamba kitendo kimoja kinaweza kisiwe cha maana au kutia mashaka kikiwa peke yake lakini kikawa cha maana (au kutia mashaka) kinapofuatana na kitendo kingine kinachowiana. Kwasababu hiyo ni muhimu kuangalia kila tendo kwa umoja wake na pia kwa ujumla likiwa sehemu ya mlolongo mzima wa matukio.

Kwa mfano kitendo cha mtu usiyemjua kusogelea kaunta ya benki na kuangalia kwa makini taratibu za makabidhiano fedha kati yako na karani wa benki kinaweza kisiwe cha maana wala kutia mashaka endapo baada ya wewe kumaliza zamu yako ya kuhudumiwa mtu huyo naye atatoa fedha zake na kumkabidhi karani wa benki. Lakini kama ukimaliza zamu yako ya kuhudumiwa mtu huyo akageuka na kuanza kuondoka taratibu kuelekea mlango wa kutokea itabidi ujiulize maswali (si kitu cha kawaida). Kama wakati unatoka nje ya jengo la benki mtu huyo atachukua simu yake ya mkononi na kuanza kutuma ujumbe wa simu au kuongea na mtu mwingine kitendo hicho kitakuwa cha maana zaidi kwako (anaongea na kina nani?).

Kama ukiingia katika gari yako na kuondoka kisha ukaona gari nyingine iliyokuwa imeegeshwa maeneo ya karibu nayo inaingia barabarani na kuanza kukufuata, hapo itabidi uanze kuchukua hatua za tahadhari. Kitendo hicho ni cha kutia mashaka na kinahusiana na mlolongo mzima wa matukio (kwa nini wanakufuata?).

Kama ndani ya gari hiyo kutakuwa na watu wazima wawili au zaidi, na ukamtambua mmoja wa watu hao kuwa ni yule aliyekuwa akikuangalia kwa makini wakati ukikabidhiwa fedha zako pale benki, utapaswa kuchukua tahadhari zaidi, kujiandaa kwa mapambano, au kuendesha gari kuelekea kituo cha polisi (Inawezekana watu hao ni majambazi).

(d)Tambua Eneo Kabali (choke point)
Majambazi na magaidi hupanga kufanya mashambulizi katika *choke point,* maeneo yanayowapa mwanya wa kuweza kuidhibiti *target,* kupora au kufanya mauaji, na kisha kutoweka haraka kabla polisi au wananchi hawajafika kutoa msaada. Yatambue maeneo yanayotoa mwanya kwa majambazi au magaidi kuweza kukuvamia na kukupora, au kukushambulia na kutoweka haraka. Jizoeze kuwatambua watu wanaopenda kukaa katika maeneo hayo, shughuli wanazofanya, pamoja na magari, pikipiki au vyombo vingine vya usafiri wanavyotumia.

(e) *Tambua maeneo ya wahalifu*
Vibaka hupendelea kufanya uhalifu katika maeneo fulani (waliyoyazoea) na kukwepa maeneo mengine hususan maeneo wanayoishi. Kufanya hivyo huwasaidia kuwa na mahali pa kujihifadhi au kujificha wanapotafutwa na polisi, au kujiuguza endapo watajeruhiwa kazini. Wahalifu wengine hukwepa kufanya uhalifu katika maeneo wanayoishi kwa lengo la kulinda hadhi yao ya uraia mwema (hadhi na umaarufu).

Kwa mfano, katika miaka ya 1990 hadi 2005 wanawake wanaojiuza miili (machangudoa) walikuwa na tabia ya kwenda kujipanga barabarani (kutafuta wateja) katika mitaa ya Kinondoni, barabara za Ohio, Kenyata, na Oyster Bay beach lakini walikuwa hawafanyi hivyo katika mitaa wanayoishi au mitaa mingine ya Dar es Salaam. Mazoea hayo yaliwasaidia kutengeneza soko kwa wateja (kujua wanapopatikana) na pia kulinda heshima yao katika mitaa wanayoishi (kutojulikana kwamba ni machangudoa).

Katika kipindi hicho pia ilikuwa kawaida ya vibaka kuvizia na kupora watu katika maeneo ya Kariakoo (shule ya Uhuru), Stendi ya UDA Temeke mwisho, Tandika sokoni na Manzese. Pamoja na kuwepo kwa vibaka hao wenyeji wa maeneo hayo walikuwa wakiendelea na biashara zao bila hofu kwani waliokuwa wakiporwa ni wageni na wasafiri tu. Hali hii ilitokana na kujengeka kwa uhusiano mwema (kuzoeana) kati ya vibaka na wafanyabiashara wa maeneo hayo.

(f) *Uwiano wa vitendo, mazingira na wakati*
Kuwa na mazoea ya kulinganisha tabia na vitendo vinavyofanywa na mhusika katika mazingira na wakati husika, na vitendo viovu au vya hatari zaidi vinavyofanywa na watu wengine wenye tabia au mwenendo kama huo. Kwa mfano, ukimuona binti mrembo amevaa nguo nusu uchi anatembea katika maeneo ya chuo kikuu cha Dar es salaam akiwa amebeba vitabu kadhaa na *ipad* bila shaka utajua binti huyo ni mmojawapo wa wasomi wa chuo hicho wanaopenda mashindano ya kuvaa na kujionesha. Lakini ukikutana na binti huyohuyo saa tano usiku mitaa ya kinondoni akiwa ameshikilia bia katika mkono wake wa kushoto na sigara katika mkono wake wa kulia bila shaka utaamini kwamba binti huyo ni changudoa.

Hali kadhalika ukiwaona watu sita waliovaa nguo nyeusi wamesimama makaburini majira ya saa saba mchana utajua kwamba watu hao wamepatwa na msiba na bila shaka wanafanya maandalizi ya kaburi. Lakini ukiwaona watu haohao mahali palepale saa sita usiku bila shaka utahisi kwamba ni majambazi au vibaka waliotoka kupora, au wachawi wanaokwenda kaburini kufanya matambiko.

2. TAMBUA DALILI ZA MAANDALIZI YA KUTENDA UHALIFU

Kuwa makini na watu wanaosimama au kukaa karibu na mashine za kutolea fedha (ATM), maduka ya kubadilisha fedha za kigeni (Bureau de Change), kumbi za benki na sehemu nyingine unazokwenda kufanya mabadilishano ya fedha na bidhaa au kupokea malipo. Watu hao wanaweza kuwa majambazi au vibaka wanaojaribu kuwatambua watu wanaochukua fedha ili waweze kuwajulisha wenzao na kupora.

Kuwa makini zaidi na watu wanaoanza kukufuata baada ya kutoka benki, au kutoa fedha katika mashine (ATM). Tambua idadi yao chombo cha usafiri wanachotumia, jinsia zao, wajihi, na watu utakaoona wakiwasiliana nao kwa maneno au ishara. Pia tahadhari na makarani wa benki na watu wengine wanaotaka kujua habari zako za ndani zaidi (Personal information), wanaokuuliza maswali yanayohusu taratibu zako za utunzaji na usafirishaji fedha, au ulinzi ulionao ofisini au nyumbani.

Tambua maswali pamoja na maelezo ya mtego yanayo kushawishi kutoa siri zako bila kujua. Kwa mfano, baada ya kuweka shilingi milioni 80 katika akaunti yako karani wa benki anaweza kukwambia "Kaka yangu kutembea na burungutu la fedha kama hili inabidi uwe na bastola" Kama usipokuwa muangalifu unaweza kujikuta ukitoa jibu litakalomsaidia mtu huyo kujua kwamba una silaha au hapana.

Kuwa makini na mtu anayepiga picha kwa siri, kurekodi video, au kuchora ramani za maeneo nyeti ya serikali, nyumba za ibada, makazi ya watu mashuhuri, vituo vya polisi, kambi za jeshi na kadhalika. Zingatia kwamba ni kawaida ya magaidi kukusanya taarifa za vyombo vya dola vinavyofanya kazi katika jengo, au eneo wanalopanga kufanya mashambulizi.

Ili kupata taarifa hizo magaidi hujitahidi kuwa karibu na watu wanaofanya kazi katika sehemu hizo, kupita mara kwa mara katika eneo husika, kuchora ramani, kupiga picha, au kurekodi video taratibu na nyendo zote za walinzi. Kutokana na maendeleo ya teknolojia ni rahisi sana kwa magaidi kutumia kamera ndogo, au simu za mkononi kupiga picha na kuweka alama maeneo kwa kutumia GPS.

Kuwa muangalifu na watu wanaopita au kuingia katika sehemu zilizozuiliwa, au wanaojaribu kutumia pasi bandia kuingia sehemu nyeti. Magaidi huwa na tabia ya kuwajaribu walinzi, au askari wanaolinda eneo husika ili kuona kama wanaweza kupenyeka kwa urahisi, au kudhibitiwa. Ili kupata *reaction* ya maaskari magaidi huweza kujaribu kupita sehemu zisizoruhusiwa, kutumia pasi bandia, au kujaribu kuwahonga maaskari ili wawaruhusu kupita kinyume cha utaratibu.

Kuwa makini na watu wenye fedha nyingi zisizokuwa na maelezo. Watambue watu wanaopokea fedha kupitia mashirika au taasisi za kidini, mashirika ya misaada yasiyo wazi, na nyumba za ibada hususan mahekalu, makanisa na misikiti. Operesheni za kigaidi huhitaji fedha nyingi ambazo hutumika kununulia vifaa vya maandalizi, silaha, nyaraka za kusafiria, tiketi za ndege au boti za kutorokea, na fedha za kujikimu kwa ajili ya watendaji.

Ili kupata fedha hizo magaidi wasio na wafadhili matajiri hufanya vitendo vingine vya uhalifu kama vile utekaji nyara watoto na kudai kikombozi *(ransom)*, kupora mabenki au maduka makubwa, kushikilia watu mateka, na biashara ya madawa ya kulevya. Makundi makubwa kama Al-Qaida, HAMAS, Boko Haram, na Al-Shabab hutegemea fedha za miradi ya kikundi, wafadhili na watu wengine wanaowekeza katika biashara mbalimbali bila kujua kama biashara hizo zinafadhili ugaidi.

Ili kuhakikisha fedha zinazohitajika zinawafikia watendaji wao kwa wakati unaofaa na bila kuitia mashaka serikali ya nchi husika wafadhili wa ugaidi hutumia akaunti za mashirika ya dini, nyumba za ibada, taasisi za serikali, na asasi zisizo za kiserikali. Magaidi pia huweza kusafirisha fedha kichele (Cash) katika mizigo, masanduku ya nguo, na hata majeneza.

Kuwa makini na watu wanaonunua vifaa vingi (vya kawaida) vinavyoweza kutumika kutengeneza mabomu. Magaidi huweza kutumia vitu vinavyopatikana nyumbani na katika maduka ya pembejeo kutengeneza bomu linaloweza kuua maelfu ya watu, na kubomoa majengo yanayoonekana kuwa imara.

Baadhi ya vifaa vinavyotumiwa zaidi katika utengenezaji mabomu ni pamoja na Mbolea ya *Amonium nitrate*, mbolea aina ya *Urea*, madawa ya vipodozi, mitungi ya gesi, milipuko ya TNT, na vilipuzi *(detonator)* za kulipulia milipuko. Magaidi hutumia udongo wa makaburini katika kuchanganyia milipuko yao. Udongo huo huwa na *nitrogen* nyingi kuliko udongo unaopatikana katika maeneo mengine. Magaidi pia hutumia vipande vya chuma, misumari, goroli, na vitu vingine vinavyoweza kuleta madhara makubwa kama vikirushwa kwa nguvu.

Kuwa makini na watu wanaomiliki sare za polisi, jeshi,

zimamoto, au kazi nyingine muhimu ambazo watu hao hawafanyi (si waajiriwa). Ili kuweza kuingia na kutoka kwa urahisi katika sehemu wanazotaka kufanya mashambulizi, magaidi hujitahidi kupata sare, au vitambulisho vya sehemu husika. Sare hizo licha ya kuwasaidia kupita sehemu zilizokatazwa bila kubugudhiwa, huwasaidia pia kuweza kuondoka katika eneo walilofanya mashambulizi bila kushitukiwa na raia au watumishi wengine wa vyombo vya dola hasa kama shambulizi walilofanya si la kujitoa muhanga (*suicide bomb*). Kuwa muangalifu na watu waliovaa sare za kazi ambazo hawafanyi au hawaelekei kuwa na ujuzi nazo. (Kwa mfano, mtu aliyevaa sare za daktari au muuguzi lakini haelekei kushughulika na majeruhi).

Kuwa makini na watu wanaojitahidi kuendana na mazingira waliyopo japokuwa hawaelekei kuwa wenyeji. Magaidi wanapoingia katika sehemu wanayokusudia kukusanya taarifa, au kuandaa mashambulizi hujitahidi kujichanganya na raia wengine, au wafanyakazi wa sehemu husika. Katika kutekeleza hilo magaidi hujitahidi kuwa wachangamfu kupita kiasi kwa lengo la kutaka kuzoeleka kwa muda mfupi na kuonekana kuwa ni sehemu ya jamii au jumuia husika, au huwa wakimya kupita kiasi kwa kuogopa kuulizwa maswali, au kutakiwa kufanya kitu kinachoweza kuwaumbua.

Jihadhari na watu wanaofanya mazoezi yasiyo ya kawaida, au kuigiza vitendo vinavyotia shaka. Kabla ya utekelezaji wa shambulio wanalopanga, magaidi hufanya mazoezi hatua kwa hatua ili kuhakikisha kuwa kila mtendaji anamudu kufanya jambo analotakiwa kufanya. Mazoezi hayo huweza kuhusisha matumizi ya silaha kama bunduki, visu, bastola na vitanzi. Watambue na kuwaripoti kwenye vyombo vya dola watu wanaofanya mazoezi ya kijeshi katika mazingira yasiyo rasmi

Watambue na kuwaripoti mara moja (kwa walinzi au polisi) watu wanaofanya hujuma ndogondogo katika majengo ya serikali, au maeneo nyeti mengine. Wakati wa hatua za awali za utekelezaji wa uhalifu magaidi huweza kukata nyaya za simu ili kuharibu mawasiliano, au kuzima umeme ili kuweza kupita sehemu zinazolindwa kwa vifaa vya elektroniki na kamera za usalama bila kutambuliwa.

Magaidi pia huweza kuwasha ving'ola au kengele za tahadhari (*Alarm*) ili kuwachanganya watu kabla ya kufanya shambulio, au hufanya shambulio dogo kwa bunduki au bastola ili kuwafanya watu wajikusanye pamoja kushuhudia lililotokea na hivyo kupata nafasi nzuri ya kuwaangamiza kwa bomu au silaha nyingine kubwa waliyoandaa.

Kuwa makini na watu wanaoweka au kutelekeza vifurushi katika maeneo yasiyo ya kawaida. Magaidi wanaofanya mashambulizi yasiyo ya kujitoa muhanga hupenda kutega mabomu yanayoweza kulipuliwa kwa urahisi kwa kutumia simu za mkononi, au saa (*time bombs*). Ili mabomu hayo yaweze kusababisha madhara makubwa magaidi huyatega katika sehemu zinazoweza kusababisha mlipuko wa pili (kama mitungi ya gesi, na petrol), au mahali penye mkusanyiko mkubwa wa watu. Toa taarifa kwa polisi mara moja unapoona vifurushi, au mizigo iliyotelekezwa, au kuwekwa katika mazingira ya kutatanisha kama vile chooni, kwenye mapipa ya takataka, chini ya magari, kwenye kumbi za starehe na kadhalika.

Watambue na kuwaripoti watu wenye tabia za kuangalia vipindi vya luninga (au YouTube) vyenye program zenye lengo ya kujenga chuki kwa makundi fulani ya kijamii, kuhamasisha vurugu, mauaji, na au vitendo vya kigaidi. Vikundi vingi vya kigaidi hutumia mitandao ya kijamii kutafuta vijana wapya (*recruitment*) na kuwahamasisha kufanya matukio ya kigaidi kwa ahadi mbalimbali. Mitandao inayotumiwa zaidi kufanya hivyo ni ile yenye watumiaji wengi kama *Dark Web*, *YouTube* na *Facebook*

———————

DHAMIRIA KUJIOKOA

"Maisha ni zaidi ya chakula na mwili ni bora kuliko mavazi." Maneno haya yenye hekima yalisemwa na Yesu Kristo (nabii Isa bin Mariam) miaka zaidi ya 2000 iliyopita. Binafsi kila ninapoyatafakari huona pamoja na mambo mengine, pia yanasisitiza umuhimu wa mtu kuwekeza katika ulinzi na usalama wake binafsi na watu wanaomtegemea. Inasikitisha kwamba watu wengi hutumia kiasi kikubwa cha fedha katika anasa, ulevi na mambo mengine yasiyo na maana kuliko wanavyotumia katika ulinzi na usalama wao binafsi. Mazoea hayo yaliyoenea katika nchi nyingi zisizoendelea yanaonesha jinsi watu wengi wasivyoona thamani ya maisha yao. Thamini maisha yako! Usikubali kutumia hovyo fedha, au muda wako kabla ya kuwekeza katika ulinzi na usalama wa familia yako kwani uhai ukiisha kupotezwa hauwezi kurudishwa, kununuliwa au kufidiwa.

Unaweza kupunguza uwezekano wa kuvamiwa na majambazi kwa kufanya mambo ya kawaida ambayo watu wengi huyadharau. Ielimishe familia yako kuhusu misingi ya usalama wa mtu binafsi. Muelimishe mwenzi wako, watoto (kama unao) ndugu, wafanyakazi wa ndani, na watu wengine wote wanaoishi ndani ya nyumba yako mambo wanayoweza kufanya ili kuimarisha ulinzi na usalama wa familia. Panga muda wa kuzungumza na watoto wako, waruhusu waulize maswali, na wape uhuru wa kutoa maoni yao kuhusu hatua za kuchukua ili kuimarisha ulinzi na usalama wenu.

Usisite pia kuwafundisha wana familia hatua mbalimbali wanazopaswa kuchukua endapo wao, wewe wenyewe, au mtu mwingine yeyote atapatwa na dharura nyingine kama vile ugonjwa wa ghafla (k.m shinikizo la damu), kuungua moto, kukabwa na chakula, au kunaswa na umeme. Waeleze pia hatua wanazopaswa kuchukua endapo yatatokea majanga ya asili kama vile mafuriko, vimbunga, matetemeko ya ardhi, na majanga mengine kutegemea mazingira unayoishi.

Jambo la kwanza muhimu kuliko yote unalopaswa kufanya ni kudhamiria kujiokoa. Yaani kuweka dhamira na mikakati sahihi itakayokusaidia kujilinda ili kupunguza uwezekano wa kuvamiwa, na endapo ikitokea basi uweze kujitoa kwenye makucha ya wahalifu kwa usalama. Panga mipango Madhubuti, na fanya maandalizi ya uhakika kwa ajili ya siku isiyokuwa na jina. Mipango sahihi hufanikisha mambo na kupunguza udhaifu unaoweza kukutia matatani.

Nyumbani

Tengeneza nyumba yako katika namna inayokusaidia kujilinda na wahalifu. Andaa chumba kimoja kama sehemu salama, ya kukimbilia au kujificha endapo wahalifu watajaribu kuingia ndani kwa nguvu wakati wa usiku. Hakikisha chumba hiki kina mlango imara, utakaowapa shida wajambazi kuufungua au kuuvunja. Ndani ya chumba hiki weka vifaa vya dharura unavyoweza kuvihitaji kama vile maji ya kunywa, dawa za dharula, na silaha unayoweza kuitumia. Pamoja na hilo pia panga njia mbili zitakazotumika kujiokoa wakati wa hatari..

Funga milango ya nyumba yako muda wote (mchana na usiku) unapokuwa ndani, au unapotoka kwenda sehemu nyingine. Ingawa kwa walio wengi suala la kujifungia ndani wakati wa mchana linaweza kuonekana kama woga au upuuzi, lakini ukweli ni kwamba mazoea ya kufunga mlango ni muhimu sana kwa usalama. Licha ya kuzuia wahalifu wa hatari kama majambazi, magaidi, vibaka na wengineo kuingia ndani kwa urahisi, mazoea ya kufunga milango pia yanaweza kukuepusha na wadokozi wa vitu vya ndani ambao wanaweza kuingia na kutoka bila ya wewe mwenyewe au mwana familia mwingine yeyote kujua.

Unapoacha milango ya nyumba yako wazi pia unatoa mwanya kwa majirani waovu, au watu wengine wanao kuchukia kuweza kukuwekea sumu au vitu vingine hatari kwa afya katika vyakula, au maji ya kunywa bila wewe kujua. Hakikisha milango yako ni madhubuti na mtu yeyote hawezi kufungua kwa nje (ukiwa umefunga kwa ndani) na au kuingia bila ruhusa yako. Usiache, au kuweka funguo za nyumba nje ya mlango, chini ya kopo la maua, chini ya zulia, kwenye jiko la nje au kwa majirani ambao huna hakika na nyendo zao. Usimfungulie mlango, au kumkaribisha ndani mtu yeyote usiyemjua au kuwa na uhusiano nae wa karibu.

Nyakati za jioni funga madirisha na mapazia kabla ya kuwasha taa za ndani ili kupunguza uwezekano wa watu walioko nje kuona vitu ulivyo navyo, kuhesabu idadi ya watu waliopo ndani ya nyumba, na au kujua vitendo vinavyo fanyika ndani katika wakati husika. Wafundishe wana familia wote kufanya hivyo kila siku giza linapoanza kuingia.

Zungushia nyumba yako ukuta, seng'enge au uzio wa michongoma ili kupunguza uwezekano wa watu wabaya kuikaribia nyumba yako, kuchungulia ndani nyakati za usiku ukiwa umelala, au mchana wakati wewe mwenyewe au familia yako ikiwa haipo nyumbani.

Weka taa zenye Mwanga mkali (security lights) kuzunguka nyumba. Hakikisha taa hizo zinawashwa wakati wote wa usiku na kuzimwa asubuhi. Wakati wa kulala zima taa za ndani, au washa taa zenye mwanga hafifu ili uweze kuona vizuri mazingira ya nje. Kuwa muangalifu unapochungulia nje kama utasikia sauti zisizo za kawaida, au utapata wasiwasi kuwa watu wabaya wanaisogelea nyumba yako.

Jizoeze kutambua sauti za majirani, marafiki, watoto na watu wengine wenye mazoea ya kuja nyumbani, kuongea, au kucheza kuzunguka nyumba unayoishi. Kama una uwezo mkubwa wa kifedha weka kengele za tahadhari (*alarm system*) na kamera za usalama (CCTV). Vifaa hivi hurahisisha sana utambuzi wa watu wanaosogelea au kutaka kuingia ndani ya nyumba, na pia huweza kutunza ushahidi wa matukio yote yanayotokea na kurekodiwa katika DVR. Kutokana na maendeleo makubwa ya teknolojia vifaa hivyo vinaweza kupatikana kwa urahisi na kwa bei nafuu.

Usieleze mambo yako ya siri kwa watu ambao huna hakika na nyendo zao hata kama mmezoeana. Jiepushe kabisa na tabia ya kuandika habari zako za ndani kwenye Facebook au mitandao mingine ya kijamii. Baadhi ya watu wanaposafiri kwenda miji mingine au nje ya nchi hutoa taarifa zote za safari zao na hata kuweka picha wanazopiga wakiwa safarini kabla hata hawajarudi nyumbani. Kwa kufanya hivyo huwa wanawapa urahisi majambazi kupata taarifa zote wanazo zihitaji kupanga uhalifu bila kutoka jasho.

Kamwe usishawishike kuandika kwenye Facebook au mitandao mingine ya kijamii ratiba ya safari zako, au kutaja siku unayo ondoka kwenda safari na siku unayotarajia kurudi nyumbani. Epuka tabia ya kutuma picha zako kwenye mitandao ya kijamii wakati ukiwa bado uko safarini.

Barabarani

Kuwa makini unapoendesha gari au chombo kingine cha usafiri. Kwa jinsi mazingira ya barabara nyingi zilivyotengenezwa ni rahisi sana kwa majambazi kukuvamia wakati ukiwa unaendesha gari hasa kwenye barabara zenye msongamano, au unaposimama kwenye taa za usalama barabarani. Yapo matukio ya kuporwa vito vya thamani, mizigo, fedha, mikoba ya kike na ya kiume, na vitu vingine yaliyofanyika mara tu baada ya dereva kusimamisha gari katika taa za usalama barabarani. Mara nyingi majambazi wanaofanya uporaji huu hutumia pikipiki kupenya katika vijia visivyo-pitika kwa magari na kutoweka. Ili kujilinda na uporaji wa aina hii zingatia mambo yafuatayo:

Funga (*lock*) milango ya gari na madirisha yote kila unapokuwa ukiendesha gari. Kama gari lako halina kiyoyozi (*air condition*) teremsha vioo chini kiasi cha inchi moja au mbili tu ili kuruhusu hewa kuingia ndani. Kuwa makini na chukua tahadhari kubwa unaposimamisha gari kwenye taa za usalama barabarani hasa katika maeneo yenye msongamano mkubwa wa watu, au historia ya kuwa na vibaka.

Usitoe lifti wala kumruhusu mtu yeyote usiyemfahamu kupanda gari lako. Kama mtu akijaribu kufungua mlango au kupanda gari kwa nguvu usimruhusu kufanya hivyo, wala usimsemeshe. Ondoa gari kwa kasi wala usiogope kumjeruhi.

Unapokwenda kuchukua gari mahali ulipo liegesha hakikisha hakuna mtu, au watu wanao kufuata au kukusubiri katika eneo hilo. Kuwa makini kutambua watu wenye dalili zozote za kutia mashaka.

Kabla hujafika mahali ulipoegesha gari, hakikisha unazo (umeshikilia) funguo za gari lako mkononi.

Kitendo cha kuanza kutafuta funguo mifukoni au kwenye pochi kinaweza kuwavutia vibaka waliopo karibu, au kuwapa majambazi wanao kuvizia muda wa kukuvamia. Kushikilia funguo yako mkononi kabla hujalifikia gari kutakusaidia kufungua mlango wa gari haraka na kuondoka kwa kasi kama utahisi kuwepo kwa hali yoyote ya hatari. Aidha kama ukivamiwa na kibaka asiye na silaha kubwa unaweza kutumia ufunguo wa gari kama silaha (kumtoboa macho, au koo) ili upate upenyo wa kukimbia.

Kabla ya kufungua milango ya gari lako na kupanda, chungulia ndani kuthibitisha kwamba hakuna mtu yeyote aliyejificha ndani ya gari kukusubiri ili akuteke nyara, na kukupora gari, fedha au kukufanyia kitendo chochote cha kukudhuru. Kama utagundua kuwepo kwa watu wanao kufuatilia kabla hujaifikia gari yako, badili uelekeo na kwenda kwenye sehemu salama iliyopo karibu (duka, jengo lenye watu wengi, ofisi yoyote iliyo wazi) kisha tumia simu yako ya mkononi kumfahamisha mtu wa karibu au unaye muamini kuhusu watu hao.

Unapompa taarifa ndugu, rafiki au mwenzi wako jitahidi kutoa maelezo kamili ya watu unao watilia mashaka ikiwa ni pamoja na maumbile yao yalivyo, sura, nywele, mavazi waliyovaa, alama za kudumu zilizo katika miili yao (tattoo au makovu) kama wanazo na kadhalika. Tambua chombo cha usafiri wanacho tumia na kurekodi namba mahali salama. Taarifa zote unazokusanya kuhusu watu hao ni muhimu ziwe sahihi kwa kadri unavyoona kwani ndizo zinazoweza kusaidia katika uchunguzi endapo utatekwa nyara au kuvamiwa na majambazi.

Kama una wasiwasi zaidi au una hakika kuwa watu wanao kufuata ni wahalifu piga simu polisi kuwaeleza wasiwasi wako. Kabla ya kurudi mahali lilipo gari lako hakikisha mazingira ya eneo hilo ni salama na watu wote uliokuwa ukiwahofia wameondoka kabisa, au wapo katika mazingira yanayo kukuhakikishia usalama.

Endapo utagundua kwamba unafuatwa baada ya kuingia ndani ya gari na kuanza kuondoka, usiendeshe kuelekea nyumbani kwako kwani unaweza kujikuta ukiwapeleka maadui nyumbani. Badala yake endesha kuelekea kituo cha polisi au mahali pengine panapoweza kuwa na usalama kama hoteli za kimataifa, maduka yenye watu wengi, au ofisi za serikali.

Chukua tahadhari kubwa zaidi hasa unapokuwa ukirudi nyumbani. Hakikisha hakuna watu wanaokusubiri nje ya geti au mahali pengine wanapoweza kukuvamia kabla hujaingia nyumbani. Epuka mazoea ya kusimama kwenye duka maalum (lile lile) kununua mahitaji madogo kabla ya kuelekea nyumbani. Kama unarudi nyumbani usiku sana, piga simu kuwafahamisha wana familia kwamba upo karibu na hivyo wajiandae kukufungulia mlango. Wazoeze wana familia tabia ya kuchungulia nje kabla ya kufungua milango au geti.

Mitaani
Unapokuwa mjini katika mizunguko au shughuli zako za kawaida epuka kutumia mashine za kutoa fedha (ATM) zilizoko katika maeneo yenye msongamano mkubwa wa watu, au mahali panapo-ruhusu kila mtu kuona kitu unachofanya. Mara nyingi majambazi na vibaka hupenda kukaa karibu na mashine hizo ili kuchunguza watu wanao chukua kiasi kikubwa cha fedha na kuwafahamisha wenzao ili wafanye uporaji.

Kuwa muangalifu unapoingia benki au katika maduka ya kubadilisha fedha za kigeni (bureau de change) kwani mara nyingi majambazi hutembelea benki na maduka hayo kuchunguza watu wanao chukua fedha nyingi ili waweze kuwapora. Kila unapotaka kubadilisha au kununua fedha za kigeni nenda katika duka linaloaminika na lisilo na historia ya kuhusishwa na vibaka au matukio ya ujambazi.

Wakati wa kubadilisha fedha kuwa makini na maswali wanayo kuuliza wafanyakazi au watu wengine wanao kuwepo katika sehemu hiyo. Usitoe majibu au taarifa zitakazofanya majambazi washawishike kukufuata. Weka akilini kwamba baadhi ya wafanyakazi katika maduka ya kubadilisha fedha (bureau de change) hutoa taarifa za wateja (wenye mazoea ya kubadilisha fedha nyingi) kwa majambazi na kupanga mikakati ya kuwapora. Aidha baadhi ya wafanyakazi wa maduka hayo wasiozingatia maadili yao ya kazi huwaruhusu marafiki zao kukaa katika vyumba vya walinzi (security) na kuwaangalia wateja wanao badilisha fedha kwa kupitia kamera za usalama (CCTV) zilizowekwa katika maduka hayo kwa ajii ya ulinzi na hivyo bila kujua (au kwa kujua) hujikuta wakiwapa majambazi taarifa muhimu sana.

Usishawishike kubadilisha fedha zako kwa wafanya biashara wa mtaani (black market) hata kama watu hao wanaahidi kukubadilishia fedha zako kwa kiwango (exchange rate) cha juu zaidi. Kufanya hivyo ni hatari sana kwani watu hao wanaweza kukugeuka na kukupora fedha zote ulizonazo, au kuwapa taarifa watu wengine wakuvamie na kukupora.

Usivae vito vya thamani (Almasi, dhahabu, tanzanite n.k) katika maeneo au mitaa yenye msongamano mkubwa wa watu. Epuka kuonesha fedha hadharani na usibebe mkoba wa fedha, pochi, au kitu chochote cha thamani nyakati za usiku. Kwa ujumla epuka kufanya jambo lolote litakalo wavutia majambazi.

Unapokuwa Safarini
Kuwa mwangalifu na mazingira mageni yanayokuzunguka. Kabla ya kuanza safari yako hakikisha

umeandaa na kufunga vema mizigo yako. Hakikisha umechukua nyaraka za kusafiria, fedha kichele (cash) na kadi za benki.

Funga mizigo yako katika namna ambayo haitawapa urahisi wezi, au wafanyakazi wadokozi kufungua, au kuona vitu vilivyomo katika masanduku, begi au vifurushi vyako. Epuka kuchukua mizigo mingi isiyokuwa ya lazima, au masanduku makubwa yanayovutia sana. Kumbuka mara nyingi majambazi na vibaka huvutiwa na muonekano wa nje.

Vaa nguo safi, za kawaida. Epuka kuvaa nguo za bei ya juu sana, vito vya thamani, au mavazi yoyote yanayoweza kukutambulisha kuwa wewe ni mtu mwenye uwezo mkubwa wa kifedha.

Hifadhi fedha, nyaraka za kusafiria, na vitu vingine vya thamani mahali pa siri, na salama. Hakikisha mahali unapohifadhi vitu hivyo unaweza kupafikia kwa urahisi pale unapovihitaji au kama ikitokea dharura. Kama unakwenda nje ya nchi, au mahali ambapo hujawahi kufika hakikisha wenyeji wako wamepata ratiba kamili ya safari yako, chombo unachosafiria, na maelekezo mengine ya kuwawezesha kukupokea kwa urahisi. Hakikisha pia umewapa namba za simu wanazoweza kukupata kama wakihitaji maelekezo ya ziada au wakipata dharura.

Kama unasafiri kwa Ndege
Kuwa makini na watu, pamoja na mazingira yanayokuzunguka. Chunga mizigo yako wakati wote. Usiruhusu mtu mwingine kuishika, kukalia, au kuifungua (Isipokuwa wahudumu wa ndege na maafisa wa usalama).

Usikubali kumshikia mtu usiyemfahamu mizigo, au kumsaidia kuhamisha kutoka sehemu moja kwenda nyingine. Usikubali kubeba, kutumia, au kusafirisha kompyuta mpakato (*laptop*) au kamera ya mtu usiyemjua vema. Vifaa hivyo hutumiwa sana na wauzaji wa madawa ya kulevya kama vyombo vya kusafirishia *cocaine* na *heroine*.

Kuwa makini na mizigo iliyotelekezwa, kuwekwa katika mahali pasipo pa kawaida, kuachwa chooni, au kutupwa katika mapipa ya takataka.

Usisite kutoa taarifa kwa wahudumu wa ndege au maafisa wa usalama endapo utamuona, au kumtambua mtu yeyote anaetia shaka, aliyetangazwa katika vyombo vya habari kuwa anatafutwa kuhusiana na ugaidi, au endapo utaona jambo lolote lisilo la kawaida.

Fuata maelekezo yote ya usalama yanayotolewa na wahudumu wa ndege, au maafisa wa usalama. Jifunze kufuata sheria zote za nchi au mji unaotembelea hata kama sheria hizo ziko kinyume au zinapingana na sheria za nchi uliyotoka.

Unaposafiri kwa Basi

Chagua basi lenye rekodi ya kutoa huduma bora na ya uhakika. Usipande mabasi yenye rekodi ya kwenda kasi kuliko mwendo (*speed*) unaoruhusiwa kisheria. Kata tiketi yako mapema ili uweze kuchagua viti unavyotaka.

Panda kwenye basi mapema ili uweze kupanga mizigo yako kwa nafasi. Weka mizigo yako mahali ambapo utaweza kuiona kila wakati, au ikabidhi kwa wahudumu wa basi ili waifungie katika sehemu maalumu ya kutunzia mizigo. Usieleze habari zako kwa watu au abiria wengine usiowajua.

Usipokee wala kula pipi, keki, karanga, chakula kingine chochote au kinywaji utakachopewa na mtu usiyemjua vema, au kuwa na ukaribu nae. Mara nyingi Vibaka na majambazi hutumia vyakula na vinywaji kuwalisha madawa ya kulevya wasafiri ili waweze kuwaibia kwa urahisi.

Epuka kununua vyakula vinavyouzwa na wachuuzi

wanaojipanga kando ya barabara, au migahawa isiyokuwa na kiwango cha kuridhisha. Vyakula hivyo vinaweza kuwa na magonjwa ya kuambukiza kama kipindupindu, minyoo, na magonjwa mengine ya tumbo. Aidha wachuuzi wa vyakula hivyo wanaweza kutumiwa na majambazi kuwawekea wasafiri madawa ya kulevya.

Kuwa makini na wezi wa mifukoni. Wahalifu hao huweza kufanya vituko mbalimbali vya kuwachanganya abiria ili waweze kupata nafasi ya kuwaibia. Pamoja na hilo kuwa makini na wanawake, au wanaume wanaojaribu kukuzoea haraka au kuchunguza habari zako za ndani.

Unaposafiri kwa gari moshi (*Train*)

Hakikisha chumba au behewa unalosafiria ni salama. Weka mizigo yako mahali salama, unapoweza kuiona muda wote. Kama uko daraja la kwanza au la pili funga milango na madirisha kabla ya kulala.

Usimruhusu mtu usiyemjua kuingia katika chumba chako wakati wowote. Kuwa muangalifu zaidi kama unachangia chumba na msafiri mwingine usiyemfahamu. Usile vyakula wala vinywaji atakavyokupa. Epuka mazoea ya kuteremka katika stesheni ambazo gari moshi linasimama kwa muda mfupi. Kama inakulazimu kuteremka katika stesheni yoyote ili kupumzika au kununua bidhaa hakikisha mizigo yako iko salama, na mazingira ya stesheni ni shwari.

Kuwa makini na wezi wa mifukoni wanaozagaa katika maeneo ya stesheni hasa karibu na ofisi za kukatia tiketi, na migahawa. Panda katika garimoshi kabla halijaanza kuondoka. Tabia ya kukimbilia au kurukia gari moshi inaweza kukusababishia kifo au kujeruhiwa vibaya.

Kuwa makini na wafanyabiashara wanaotembeza bidhaa ndani ya gari moshi. Wafanyabiashara hao wanaweza kutumiwa na majambazi kuwatambua abiria wenye fedha nyingi.

Ukifika sehemu unayokwenda (ugenini)

Nenda moja kwa moja katika sehemu au mahali ulipopanga kukutana na wenyeji wako. Kama unachukua gari ya kukodi (Cab, teksi, uber) hakikisha gari unayochagua imeandikishwa kufanya kazi hiyo, na inayo alama au namba halali ya utambulisho.

Epuka kukodisha magari yasiyosajiliwa (teksi bubu), au lifti kutoka kwa watu usiowajua vema. Jihadhari na watu wanaokuomba mchangie gari ya kukodi (teksi au uber) ili kupunguza gharama. Watu hao wanaweza kuwa majambazi wanaoshirikiana na madereva wa teksi Epuka tabia ya kutembea peke yako nyakati za usiku hasa katika mitaa iliyojitenga, vichochoro au maeneo yenye giza.

Kama unafikia katika hoteli au nyumba ya wageni hakikisha hoteli au *Guest house* unayochagua haina rekodi mbaya. Unaweza kupata taarifa nyingi za hoteli unayopanga kufikia kwa kusoma maoni (review) ya watu mbalimbali kwenye website ya hoteli hiyo.

Kagua chumba cha hoteli au nyumba ya wageni unayofikia kuhakikisha kuwa hakuna hitilafu au udhaifu wowote unaoweza kutumiwa na majambazi kuingia ndani, kukuvamia au kukuibia wakati ukiwa haupo. Kuwa mwangalifu kila unapotoka au kuingia Hotelini. Hakikisha hakuna mtu au watu wanaokufuata, au kuchunguza nyendo zako.

Usitembee na fedha nyingi mfukoni au katika mkoba. Tumia sanduku maalum (*Safe deposit box*) lililopo chumbani kwako, au sehemu nyingine hotelini kuhifadhi fedha na vitu vingine vya thamani ulivyonavyo. Kama hoteli au nyumba ya wageni uliyofikia haina sanduku hilo kabidhi vitu vyako vya thamani kwa uongozi wa hoteli.

Epuka tabia ya kuchukua wanawake wanaojiuza

(Machangudoa), wahudumu wa vilabu vya pombe na kumbi nyingine za starehe (Pubs and night clubs) kwani wanawake hao wanaweza kukuibia vitu vyako vya thamani, au kutumiwa na wahalifu wengine kukufanyia vitendo vingine vibaya.

Epuka pia kutongoza wanawake unaokutana nao maofisini, katika sehemu za biashara na huduma nyingine. Ingawa wanawake hao wanaweza kuwa salama (si wahalifu) wanaweza kuwa na uhusiano wa kimapenzi na wanaume wenye wivu mkali kiasi cha kuweza kukodisha majambazi wa kumuua au kumjeruhi mtu yeyote anayewaingilia kimapenzi.

Usipige picha hovyo majengo ya serikali, vituo vya polisi, magereza, au ofisi nyingine nyeti za nchi uliyotembelea. Kufanya hivyo kunaweza kuwavutia maafisa usalama wa nchi husika na hivyo kuanza kukufuatilia. Wakati wote unapokuwa safarini hakikisha unazo namba za simu, anuani za sehemu unazopaswa kutembelea na taarifa nyingine muhimu unazohitaji. Unaweza kutunza taarifa hizo kwenye kitabu cha kumbukumbu za kila siku na au katika mtandao (*online*) ili uweze kuzifikia muda wowote unapozihitaji.

Hakikisha pia unafahamu mahali zilipo ofisi za ubalozi wa nchi yako (mahali ulipo) ili linapotokea jambo la dharura uwe na mahali pa kukimbilia. Pata anuani za ofisi yenyewe na ikiwezekana mahali yalipo makazi ya balozi wako, namba za simu na anuani ya barua pepe.

___

KUTAMBUA KAMA UNAFUATILIWA

Uwezo wa kutambua kama unafuatiliwa na uko katika hatari ya kuvamiwa na majambazi ni hatua muhimu sana katika ulinzi wako. Kwa ujumla majambazi hawawezi kufanya shambulio lolote bila ya kupata taarifa muhimu zitakazowawezesha kuandaa shambulio lao. Hawawezi kuingia sehemu wasiyoijua, au bila kutambua nguvu ya windo, na au ulinzi uliopo mahali hapo.

Uwezo wa kutambua *surveillance* unaweza kukusaidia kuwadhibiti majambazi kabla hawajafikia hatua ya kufanya shambulio. Baadhi ya hatua unazoweza kuchukua ili kuwadhibiti ni pamoja na kutoa taarifa polisi ili waweze kuwakamata, kuwazuia wasiweze kupata taarifa nyingine muhimu za kuwasaidia kupanga uporaji, kubadilisha nyendo zako (kwa mfano namna ya kupeleka fedha za mauzo benki) na kuongeza ulinzi katika eneo lako la biashara, nyumbani au sehemu nyingine unayoamini kuwa majambazi wanaweza kuvutika kufanya shambulio.

Tumia hekima na uzoefu wako kuamua hatua sahihi za kuchukua dhidi ya watu wanaokufuata kwani si majambazi na magaidi peke yao wanaofanya *surveillance*. Ni kawaida ya vyombo vya dola na hasa idara ya Usalama wa Taifa, idara ya upelelezi wa makosa ya jinai na hata wapelelezi binafsi (*Private investigators*) kufanya *surveillance* kwa watu mbalimbali, na kwa sababu mbalimbali za msingi. Hata hivyo si kazi yako kufikiria kwamba watu wanao kufuata ni polisi au maafisa wa idara ya Usalama wa Taifa; kila mtu anayekufuata mchukulie kuwa ni jambazi.

Unapotambua kwamba unafuatwa na watu usiowajua, fuata taratibu zilizo elezwa katika sura zilizo tangulia, na ikibidi toa taarifa katika kituo cha polisi kuhusu watu hao. Hata kama umefanikiwa kuwatambua watu wanaokufuata kwamba ni askari wa idara ya upelelezi wa makosa ya jinai, au maafisa usalama wa Taifa bado nenda katoe taarifa katika kituo cha polisi. Fungua jalada la uchunguzi, chukua namba ya jarada (RB Number) na kisha omba kuonana na mkuu wa kituo cha polisi katika eneo husika (OCS) au mkuu wa jeshi la polisi wa wilaya hiyo (OCD) ili umueleze wasiwasi wako.

UFUATILIAJI

Pamoja na umuhimu wa kutambua kama unafuatwa (*surveillance detection*) ni watu wachache sana wanaoweza kufanya hivyo ukiacha maafisa wa idara ya Usalama wa Taifa, maafisa wa idara za upelelezi, na maafisa wa ubalozi waliopata mafunzo hayo ndani na nje ya nchi. Amani iliyodumu kwa miaka mingi katika nchi zetu, na imani potofu kwamba serikali ndiyo inayowajibika kulinda raia wake imefanya watu wengi kutoona umuhimu wa kujifunza na kuzingatia mbinu mbalimbali za kujilinda. Hata hivyo kutokana na ongezeko kubwa la ujambazi wa kutumia silaha, ugaidi, vibaka na uhalifu wa aina nyingine kuna umuhimu mkubwa wa kila raia kujifunza kutambua *surveillance* na mbinu nyingine za kuwadhibiti watu wabaya.

Kazi ya ufuatiliaji (*surveillance*) pia hujulikana kama

tailing au *shadowing*. Majina haya ya Kiingereza yanaeleza kwa kina namna kazi hii inavyo fanyika. Mtu anayefanya *surveillance* (*Operative*) huhakikisha amemganda mtu anayemfuata (windo au *target*) kama mkia (*tail*) au kivuli (*shadow*) na hivyo kuweza kwenda nae kila mahali bila ya mhusika kugundua wala kuwa na wasiwasi kwamba anafuatwa muda wote.

Mara nyingi *operatives* wanaofanya *surveillance* ni wale wanaoonekana kuwa watu wa kawaida, wasio na maumbo au miili mikubwa kiasi cha kutisha, wala miili midogo kiasi cha kushangaza. *operatives* walioajiriwa na vyombo vya dola au makampuni binafsi ya upelelezi (*Private Investigators*) yanayozingatia taaluma huwa na sifa za ziada kama vile kutokuwa na alama zozote za kudumu katika miili yao (kama *tattoo* au makovu) na huzingatia sana miiko na maadili ya kazi hiyo kinyume na wafuatiliaji wanafunzi, au watu wanaofanya kazi hiyo kwa kubahatisha (*amateures*).

Operatives huvaa nguo za kawaida zinazoendana na wakati, pamoja na mazingira. Hujiepusha kuvaa nguo zinazovutia sana, za thamani kubwa, au zilizo tofauti. Hupendelea kuvaa nguo nyingi kwa wakati mmoja k.m fulana mbili za rangi tofauti, shati, na koti au jacket; na pia huwa na nguo nyingine za kubadilisha kwenye gari ya msaada (*backup*) au mahali pengine walipoandaa. *Operatives* kubadili nguo mara kwa mara ili kumchanganya mtu wanayemfuata.

Operatives wenye ujuzi wa hali ya juu hususan maafisa wa usalama wa Taifa na majasusi wengine hutumia nywele za bandia (*wig*), ndevu na makovu ya kubandika ili kubadilisha sura zao. Majambazi wa kawaida huwa hawana, au hawavitumii vifaa hivi mara kwa mara kutokana na kutowekeza katika fani ya ufuatiliaji. Hata hivyo magaidi wa kimataifa huwa na mbinu, pamoja na vifaa bora vinavyo lingana na vile vinavyo tumiwa na vyombo vya dola.

Watu wanaofanya ufuatiliaji pia hupendelea kuvaa kofia, mitandio, na vitu vingine vya kawaida katika jamii vinavyoweza kuwafanya wabadilike katika muda wa sekunde moja. Hata hivyo mara nyingi watu hawa hubadili mavazi ya juu tu (shati, blauzi, fulana, mtandio n.k) lakini huwa hawana muda wa kubadilisha mavazi ya chini (sketi, suruali, na viatu) kwani kufanya hivyo huhitaji muda na faragha. Pamoja na kubeba mavazi ya ziada pia hubeba vifaa vya mawasiliano kama vile redio za mawasiliano (*radio call*), simu za mkononi, *transmitter* zinazoweza kunasa sauti kwa mbali na kurusha kwenye *control center* (kwa wasimamizi) na vifaa vingine vinavyo wawezesha kudumisha mawasiliano muda wote bila mtu anayefuatwa kugundua. Ili kuficha makucha yao *Operatives* hujichanganya na watu wa kawaida na kufanya mambo yanayo endana na mahali walipo.

Wataalamu wa ufuatiliaji (*professionals*) mara nyingi huwa na mwanamke mmoja au wawili katika kikundi chao ambaye huweza kuigiza kama mke, rafiki wa kike, au mama wakati wote wa ufuatiliaji. Watu hawa huhakikisha kila tendo wanalolifanya linathibitisha uhusiano wanaoutengeneza ili kumuhadaa muwindwa. Kwa mfano vijana wanaojifanya kuwa bibi na bwana huweza kukumbatiana, kushikana mikono na hata kubusiana kama mazingira waliyopo yanawaruhusu kufanya hivyo. *Operatives* wenye ujuzi hutumia magari ya kawaida, yasiyo na mvuto mkubwa kwa watu, wala rangi za kuvutia sana au za tofauti. *Operatives* walio makini kamwe hawawezi kutumia gari lenye rangi ya njano, nyekundu, au nyeupe kwani rangi hizo zina kelele mno, huonekana kwa mbali zaidi na huweza kukaa katika kumbukumbu ya *target* kwa muda mrefu zaidi.

Kwa kawaida ufuatiliaji (*surveillance*) hufanywa kwa

namna kuu mbili: Ufuatiliaji wima ambao hujulikana kama *stationary surveillance* na ufuatiliaji wa kutembea (mzunguko) ambao hujulikana kama *moving surveillance*. Mara nyingi wafuatiliaji hutumia aina zote mbili za ufuatiliaji kwa pamoja (sambamba) ili kuweza kupata taarifa sahihi, kwa haraka na bila kugundulika.

UFUATILIAJI WIMA

Ufuatiliaji wima kwa jina la kitaalam huitwa *Stationary Surveillance*. Hii ndiyo njia rahisi zaidi ya ufuatiliaji, ina gharama nafuu na mara nyingi haina changamoto nyingi kama njia nyinginezo. Majambazi huweza kukaa au kusimama katika duka, kilabu, mgahawa, kituo cha basi, au mahali pengine popote pa kawaida panapo wawezesha kufuatilia kwa makini vitendo vyote vinavyo fanywa na windo lao bila kutiliwa mashaka.

Mfano halisi ni tukio la ujambazi lililotokea eneo la Mwananyamala mwaka 2008 ambapo majambazi walivamia duka la jumla na kupora mamilioni ya shilingi. Wananchi walioshuhudia tukio walimtambua mmoja wa majambazi waliohusika na uporaji huo kuwa alikuwa akionekana mara kwa mara akiwa amekaa kwenye kibanda cha mshona viatu kinacho tazamana na duka lililovamiwa. Bila shaka jambazi huyo alifanikiwa kwa kiasi kikubwa kuangalia nyendo zote zilizokuwa zikiendelea katika duka hilo bila kutiliwa mashaka na hivyo kufanikisha uvamizi.

Ufuatiliaji wima (Stationary Surveillance) pia huweza kufanywa kutoka katika gari iliyoegeshwa katika sehemu ya matengenezo ya magari, kwenye maegesho ya magari, kutoka katika jengo lisilo na watu, na kwa kutumia kamera za video (CCTV). Majambazi hutumia njia hizi kuwafuatilia wateja wanao chukua fedha kwenye mashine za kutoa fedha (ATM), mabenki, katika maduka ya kubadilishia fedha za kigeni (*Bureau de Change*), maduka ya jumla yanayofanya mauzo kwa fedha taslimu, na sehemu nyingine yanapofanyika mabadilishano ya bidhaa na fedha nyingi.

KUTAMBUA WAFUATILIAJI WIMA

Kwa vile surveillance ya aina hii huwa inafanyika kwa utulivu bila nyendo (*movement*) za aina yoyote, mara nyingi huwa vigumu mno kwa watu wasio na utaalam kugundua kama wanafuatiliwa. Ili uweze kugundua uwepo wa *stationary surveillance* mahali, unapaswa kuwa na mazoea ya kukagua mazingira na maeneo yanayoweza kutumiwa na watu wabaya katika kufanya ufuatiliaji. Kuyajua kwa kina mazingira unayoishi, kufanya kazi, au kutembelea kunaweza kukusaidia kutambua watu wasio wa kawaida, magari, vitu vigeni, na nyendo za kutia mashaka katika wakati husika.

Pamoja na mazoea hayo, mambo muhimu yafuatayo pia yanaweza kukusaidia kutambua uwepo wa *stationary surveillance* katika mahali husika: Kuwa makini na gari lililoegeshwa mahali kwa muda mrefu likiwa na watu ndani wanaoelekea kusubiri kitu fulani au kuangalia kwa makini upande ulipo au unapo tegemewa kutokea. Kwa kawaida wafanya surveillance wazoefu huweza hutumia mbinu mbalimbali kuhalalisha uwepo wao mahali panapo husika ili kuwahadaa wapita njia pamoja na *target*.

Kwa mfano, katika nchi nyingi za Afrika magari ya kukodisha (teksi) huweza kusimama sehemu yoyote kusubiri wateja. Majambazi wanaweza kutumia kifuniko cha kuegesha taksi ili kuhalalisha kuwepo kwao mahali husika, au wanaweza kutumia mbinu ya kujifanya bibi na bwana (wapenzi) wanaozungumza ili kuondoa mashaka.

Angalia uwezekano wa kuwepo kwa nguo, vyakula,

vinywaji au kitu chochote kilichomo ndani ya gari iliyoegeshwa kinachoonesha kwamba mtu au watu waliomo ndani ya gari hiyo wamekuwepo kwa muda mrefu. Kazi ya kusubiri husumbua na kuchosha akili sana na hivyo mara nyingi watu wasio na uzoefu wa kazi hiyo hujisahau na kuacha hovyo vitu vinavyoweza kuwaumbua.

Kuwa makini na magari ya aina tofauti yanayo egeshwa karibu au katika eneo lilelile. Kwa kawaida kama ufuatiliaji unaendelea kwa muda mrefu au siku nyingi, majambazi hubadilisha magari, dereva na mahali pa kuegesha. Kwa vile watu hao hawawezi kuwa katika eneo moja kwa pamoja, mara nyingi gari lililo tangulia (zamu ya kwanza) huondoka mara tu baada ya gari la zamu ya pili kufika, au gari la zamu ya kwanza huondoka muda mfupi kabla ya gari la zamu ya pili kufika.

Kuwa makini na sehemu za starehe kama *bar*, hoteli, migahawa au sehemu za michezo zinazoweza kutoa mwanya kwa majambazi kufanya ufuatiliaji kutoka katika sehemu hiyo. Mara nyingi majambazi wanapokuwa katika sehemu hizo hupenda kukaa karibu na dirisha au sehemu ya wazi inayotoa mwanya wa kufuatilia windo lao.

Kuwa makini na watu wanaopenda kukaa au kusimama katika sehemu za wazi huku wakijifanya kusoma gazeti au kitabu. Watambue watu wanaoanza kuongea na simu, kushituka, au kuondoka mara tu baada ya kukuona, au kuona windo wanalolisubiri likitokea au kupita katika sehemu inayohusika.

UFUATILIAJI SAMBAMBA

Ufuatiliaji sambamba kwa lugha ya kigeni huitwa *moving surveillance*. Ufuatiliaji huu hufanywa kwa miguu na, au vyombo vya usafiri kama magari, baiskeli, pikipiki, au *drones*. Kwa wataalam wa shughuli hii (*surveillance professionals*) ufuatiliaji huu hufanywa na watu kati ya watano hadi nane akiwepo na mwanamke japo mmoja kutegemea na sifa au ugumu wa windo. Wafuatiliaji (*operatives*) hutumia magari matatu au zaidi katika kumfuatilia mtu mmoja na kila gari huwa na mtu mmoja au wawili tu. Wakati wote wa ufuatiliaji *operatives* hujitahidi kutunza umbali kati yao na windo, na kuficha dalili zozote zinazoweza kuwaumbua.

Pamoja na umuhimu wake katika kukusanya taarifa, aina hii ya ufuatiliaji huwasumbua sana majambazi na mara nyingi huwa ni sababu au chanzo cha kuumbuka. Kutokana na mafunzo hafifu, uduni wa nyenzo za ufuatiliaji, na upungufu wa vitendea kazi mara nyingi majambazi huwa na wakati mgumu wa kulidhibiti windo lenye elimu ya misingi ya usalama. Kwa kawaida majambazi wengi hurundikana katika gari moja (wakati wa kufanya ufuatiliaji) ili kuweza kusaidiana katika dharura jambo linalofanya waweze kuonekana kwa urahisi.

Mara nyingine majambazi hujikuta wakiwa makini zaidi katika kuliangalia windo na kusahau kufanya vitendo vya kawaida wanavyopaswa kufanya katika mazingira waliyopo ili kuwahadaa watu wengine wanaowazunguka. Hali hiyo huweza kuwafanya wapita njia kuwatilia mashaka, au kuwatambua majambazi kwa urahisi na kutoa taarifa polisi, au kumpa tahadhari mtu anayefuatwa.

Wawapo barabarani majambazi hujikuta wakilazimika kuendesha gari kwa kasi zaidi kuogopa kupoteza windo lao, na mara nyingine kupunguza mwendo na kwenda taratibu zaidi kwa hofu ya kutambuliwa na windo. Makosa haya yote mawili huwa na faida kubwa sana kwa mtu anayefuatwa kwani ni rahisi sana kuwatambua watu wanao kufuata wawapo karibu zaidi, na pia ni rahisi zaidi kuwapoteza watu hao wanapokuwa mbali nawe.

Katika maeneo yenye taa za barabarani, majambazi

hujitahidi kuwa karibu zaidi na windo lao kwa kuacha gari moja au mawili tu kati yao na windo kwa hofu ya kuzuiwa kupita endapo taa nyekundu itawaka mara tu baada ya windo kupita. Kuepusha hali hiyo *operatives* wenye utaalam huwa na magari zaidi ya mawili ili kuhakikisha windo halipati nafasi ya kuwapoteza.

Kutokana na maendeleo ya sayansi na teknolojia, wahalifu wenye utaalam wa ufuatiliaji huweza kutumia vifaa vya kielektroniki kama video camera na GPS system kurahisisha kazi yao. Vifaa hivi maalum huweza kupachikwa katika gari au chombo chochote cha usafiri kinacho tumiwa na windo na hivyo kuwawezesha *operatives* kujua kila mahali windo linapoelekea hata kama windo hilo limetoweka machoni pao.

DODOSO KUHUSU UFUATILIAJI

Maadui hatari zaidi wanaokukabili katika mazingira ya kawaida ni majambazi wa kutumia silaha, vibaka na magaidi. Kwa sababu hiyo maelezo mengi yaliyotolewa kitabuni humu yanalenga katika kutoa elimu ya kuwatambua na kuwadhibiti wahalifu hao.

Hata hivyo ili mada hii iweze kueleweka vizuri siyo vibaya kama tukigusia kidogo namna wataalam wengine waliobobea katika kazi ya ufuatiliaji (*surveillance*) wanavyo fanya kazi hiyo, na mbinu mbalimbali wanazotumia katika kuhakikisha windo halitambui kwamba linafuatiliwa na hivyo kuchukua tahadhari. Vilevile si ajabu kwamba wakati fulani katika maisha yako unaweza kujikuta ukifuatwa na maadui wa aina tofauti kabisa na wale unao wahofia. Kama wewe ni mfanya biashara unaye safiri mara kwa mara kwenda nje ya nchi yako unaweza kujikuta ukifuatwa na makundi ya kigaidi yenye uwezo, utaalam na ujasiri wa hali ya juu kuliko majambazi au magaidi unao washuhudia katika nchi yako.

Kwa mfano, katika nchi nyingi za America ya kati na kusini ikiwa pamoja na Mexico, Colombia, na Ajentina, yapo makundi ya wafanya biashara ya madawa ya kulevya yenye nguvu na uwezo mkubwa wa kijeshi kiasi cha kuweza kuzitingisha serikali za nchi hizo. Makundi hayo yana fedha nyingi ambazo huzitumia kuwapatia mafunzo ya hali ya juu wafuasi wake na kununulia vifaa na silaha za kisasa kwa ajili ya majeshi yao.

Katika nchi hizo pia yapo magenge hatari ya kijambazi yanayoendesha vitendo vya utekaji nyara raia wa kigeni na kudai mamilioni ya fedha kama fidia (*ransom*) ya kuwaachia wahanga wao. Majambazi hayo huwa hawasiti kuwaua watu waliowateka nyara endapo familia au serikali za nchi husika hazikutekeleza mashalti yaliyotolewa, au kulipa kiasi cha fedha kilichotakiwa kama fidia.

Katika nchi zenye matatizo ya kisiasa au vita vya wenyewe kwa wenyewe, maafisa usalama wa nchi hizo huwa na tabia ya kuwafuatilia wageni wanaoingia na kutoka katika nchi mbalimbali kwa lengo la kutaka kuthibitisha kama wageni hao hawatoi misaada, au hawahusiani kwa namna yoyote na wapinzani wa serikali za nchi zao, au magenge mengine ya hatari. Tofauti kati ya makundi (magenge) haya na majambazi wa kawaida (walioko katika nchi nyingi za Afrika) ni mbinu za hali ya juu, vifaa na nguvu kazi wanazo tumia wahalifu hawa katika kufanikisha ufuatiliaji wao kiasi cha kufanya iwe vigumu hata kwa watu waliopata mafunzo maalum ya kukwepa *surveillance* kuwakimbia.

Kwa mfano zipo taarifa kwamba makachero wa idara ya upelelezi wa Marekani (FBI) huweza kutumia magari kati ya nane (8) hadi thelathini (30) kufuatilia windo moja kwa wakati mmoja. Wakati wa ufuatiliaji idadi ya magari na nguvu kazi huweza kuongezwa au kupunguzwa kutegemea umuhimu wa windo na utaalam wake katika kutambua na kukimbia *surveillance*.

Licha ya kutumia magari mengi makachero hao pia huhakikisha kwamba aina ya magari wanayotumia ni yale ambayo *target* haiwezi kushuku kwamba yanaweza kuwa magari ya polisi au FBI. Baadhi ya magari hayo ni pamoja na magari ya mizigo kama pickups na malori (18-*wheeler*), magari ya wagonjwa (*Ambulance*), magari yenye nembo za kampuni maarufu au zinazo fahamika na watu wengi kama makampuni ya simu, maduka ya pombe, vituo vya televisheni, mabasi ya shule, n.k. FBI pia hutumia taksi, pikipiki, na hata baiskeli kama ikibidi. Mtindo huu wa ufuatiliaji huiwezesha idara hiyo kuwadhibiti watu wanao wawinda hata kama ni wajuzi wa *surveillance* na wamepata kufanikiwa kuzikimbia idara nyingine za upelelezi.

Pamoja na matumizi ya magari mengi katika kufanikisha ufuatiliaji, idara za usalama hutumia *operatives* wenye wajihi, sifa, na muonekano wa aina mbalimbali katika kufanikisha kazi ya *surveillance*. Kutokana na kuwa na nguvu kazi (*manpower*) ya kutosha idara za usalama hutumia watu ambao windo haliwezi kuwaogopa hata kidogo. Watu hao ni pamoja na wazee wastaafu wenye umri mkubwa kati ya miaka 60 hadi 70 ambao sio rahisi kwa target kuhisi kwamba ni watumishi wa serikali na hivyo huweza kuwa karibu zaidi na *target* bila kushukiwa.

Idara za usalama pia hutumia vijana wadogo (ma *check bob*) wenye umri kati ya miaka 18 hadi 20 ambao huweza kuonekana kama wanafunzi wa shule za sekondari, na wasichana warembo wenye sura nzuri na maumbo ya kuvutia. Kwa kawaida vijana wanaotumika katika kufanya ufuatiliaji ni wale walioingizwa kazini karibuni, au vijana wa mtaani wenye uwezo mkubwa wa kupambanua mambo. Mojawapo ya idara zinazoongoza kuwatumia vijana wadogo katika kupambana na wahalifu ni ile ya kupambana na madawa ya kulevya nchini Marekani (DEA). Idara hii hutumia vijana hawa kwa sababu wengi wao ndio wanaolengwa (waathirika) na wauzaji wa madawa hayo, hivyo ni rahisi kwao kujipenyeza katika makundi ya wahalifu bila kuhisiwa vibaya.

Wasichana warembo hutumika kama mtego (*honey trap*) kuwachanganya wanaume wanaojulikana kupenda kufanya mapenzi hovyo (waroho wa uroda). Mtego huu wenye miaka zaidi ya elfu tatu (tangu enzi za Samsoni na Delila wa kwenye Biblia) umeendelea kufanikisha malengo ya wanaoutumia kwa sababu ya hulka za wanaume wengi kuhusu suala la mapenzi. Katika kufanikisha mtego wa aina hii majasusi wa idara za usalama huandaa mazingira maalum ya kumfanya muwindwa amtongoze msichana na kujenga uhusiano naye bila kujua kwamba msichana huyo ni *operative* aliye kazini. *Honey trap* huweza kutumika kumvuta muwindwa katika eneo analotakiwa kuwepo ili ashughulikiwe, au kumuondoa katika eneo husika ili operatives wengine waweze kukamilisha lengo lililokusudiwa. Mara nyingine mtego huu hutumika kumfanya mlengwa asifikirie vizuri, au asichukue hatua za tahadhari wakati wa shambulio husika.

Watu wengine wanaoweza kutumiwa na majambazi, magaidi, au majasusi kufanikisha ufuatiliaji ni pamoja na madereva wa teksi, wahuni wanaojifanya kama wavuta bangi au watumiaji wa madawa ya kulevya kwa lengo la kuwa karibu na wauzaji na waingizaji wa madawa hayo, wachungaji, mashekhe, na hata wasafisha viatu (*shoe shiner*). Kwa ujumla mtu yeyote anaweza kutumiwa kwa namna yoyote, hivyo si vyema kumuamini mtu yeyote yule.

Licha ya kutumia vifaa vingi na nguvu kazi kubwa, idara za usalama pia hutumia mbinu za kipekee katika ufuatiliaji tofauti na zile zinazotumiwa na wapelelezi wa kawaida au watu wasio na ujuzi wa hali ya juu (*amateures*). Kumbuka kwamba lengo la idara za usalama huwa siyo kupora mali au fedha, bali kujua nyendo za windo ili kuthibitisha tuhuma dhidi yake, kupata taarifa za watu wengine wanao husiana (*lead*) au kugundua njama zinazopangwa kwa kumshirikisha muwindwa.

Kwa sababu hiyo *operatives* wa idara za usalama huwa hawamfuati mhusika tu, bali huwa wanamzunguka kila upande kuhakikisha kwamba hapotei na wala hatoki nje ya wigo wa ulinzi walio muwekea. Mara kwa mara kundi (*team*) la *operatives* wanao ifuata *target* hupanua au kuopunguza duara kutegemea mahali au mazingira ya eneo husika na mlolongo wa vitendo vya windo.

Katika hali ya kawaida *operatives* wa idara za usalama hukusanya taarifa za kutosha kuhusu windo husika kabla ya kuanza kufanya ufuatiliaji jambo ambalo hurahisisha sana kazi yao. *Operatives* hujua kimbele (in advance) mahali au maeneo ambayo windo linapanga kwenda, na mtu au kikundi cha watu anaokwenda kukutana nao. *Operatives* hupata habari hizo kwa kusikiliza na kurekodi mazungumzo ya simu (*telephone interception*), kusoma mawasiliano yote ya electronics ikiwa ni pamoja na barua pepe (*emails*), ujumbe wa simu, *facebook*, *twitter* na aina nyinginezo za mawasiliano. Kujua ratiba ya windo huwasaidia *operatives* kutanguliza timu ya wafuatiliaji mahali windo linakoelekea na hivyo kumfanya muhusika asione dalili yoyote ya kufuatwa.

Wakati wa ufuatiliaji, *operatives* huwa na magari sita au zaidi yaliyo jipanga kuizunguka target. Magari hayo huwa na watu wenye sura na wajihi tofauti na huwa na majukumu tofauti kutegemea mazingira na '*reaction*' ya windo. Baadhi ya magari hayo na majukumu yake ni kama ifuatavyo:

Gari la Amri

Gari hili ambalo pia hujulikana kwa jina la 'kiongozi' au gari la amri (*command vehicle*) huwa na jukumu la kuiangalia *target* wakati wote. Kwa kawaida gari hili huifuata *target* kwa nyuma ili *operatives* waweze kumuangalia mhusika kila kona anayokata, na ikiwezekana kila tendo analofanya na kisha kuwafahamisha *operatives* walio katika magari mengine, walio tangulia mahali linakoelekea windo (*advance team*) au wale wanaojiandaa kulifuatilia windo kwa miguu. Kwa ujumla gari hili huwa ndilo linalo ongoza mkakati mzima wa kuidhibiti *target* na muda wote hudumisha mawasiliano na command post ili kupata maelekezo ya ziada.

Kwa vile *command vehicle* huwa ndilo gari linalo ifuata *target* kwa karibu zaidi ni rahisi sana kutambulika (kuumbuka). Hata hivyo kama *operatives* wakiona dalili yoyote inayoashiria kwamba windo limegundua, au limehisi kuwa linafuatwa, *command vehicle* huongeza mwendo na kulipita windo kwa kasi, au hukata kona na kuelekea njia tofauti. Kitendo hicho hulihadaa windo na kulifanya liendelee na safari yake bila wasiwasi, na vilevile hutoa ishara kwa gari la *operatives* wengine kuziba nafasi iliyoachwa wazi na hivyo kubeba majukumu yote ya gari kiongozi (*command vehicle.*)

Gari la Msaada

Gari hili huwa la pili kwa umuhimu katika kulifuatilia windo. Kwa kawaida gari hili hukaa nyuma, pembeni au mahali pengine ambapo *operatives* wataona panafaa kuweza kuifuatilia windo bila kuonekana. *Operatives* wanaokuwa katika gari la msaada huwa na majukumu makubwa matatu: kulisaidia gari la amri (kiongozi) katika kuiangalia *target* ili isipotee machoni, kutoa msaada wa haraka kwa gari la amri au gari lingine lolote katika timu ya ufuatiliaji litakalo umbuka, na kubeba majukumu ya gari la amri (*command vehicle*) litakapolazimika kufanya hivyo. Katika hali ya kawaida siyo rahisi hata kidogo kwa windo kuliona au kulitambua gari la msaada kabla halijakabidhiwa jukumu la kuwa gari la amri.

Kimbelembele

Gari hili hufanya ufuatiliaji kwa kutangulia mbele ya windo hususan (*advance car* 1) kama *operatives* wanajua mahali ambako target inaelekea. Mara nyingi gari hili huwa mbali kidogo, au karibu ya target na lisigundulike kama linafanya *surveillance* kwa vile watu wengi huwa hawafikiri kwamba wanaweza kufuatiliwa na gari lililoko mbele yao na hivyo kuwa makini zaidi kuyachunguza magari yaliyoko nyuma. *Operatives* walioko katika kimbelembele huweza kujua mwendo (kasi) wa target na kuwajulisha *operatives* wengine waliotangulia, au walioko nyuma. Kama kuna umuhimu gari hili huweza kudhibiti mwendo wa *target* kwa kujifanya (gari) limeharibika njiani au kutengeneza ajali bandia itakayosababisha msongamano ili kuwaruhusu *operatives* wengine kumaliza kazi wanazopaswa kufanya kabla *target* haijafika mahali inakokwenda.

Mkaa Mbali

Gari hili huwa mojawapo kati ya magari matatu au manne yanayo tembea katika barabara tofauti zilizo sambamba na ile inayotumiwa na windo. Magari haya ambayo kila moja huitwa mkaa mbali (*out rider*) huwa na jukumu la kujenga wigo unaoizunguka *target* ili kuhakikisha kuwa haipotei. Kwa mfano (Tumia ramani ya jiji la Dar es Salaam iliyoambatishwa) kama *target* inayo fanyiwa *surveillance* iko katika barabara ya Jamhuri jijini Dar es Salaam, *operatives* walio katika mkaa mbali (*out rider*) wanaweza kuifuatilia *target* hiyo kwa kuendesha sambamba nayo wakiwa katika barabara ya Mshihiri na barabara ya Libya. Kama target iko eneo la posta ya zamani (Sokoine Drive) jijini Dar es salaam ikitokea barabara ya Morogoro kuelekea Kituo cha polisi cha kati (*Central*) Mkaa mbali (*out rider*) inaweza kuwa eneo la Salamander (Samora Avenue) ikielekea eneo la mzunguko wa saa (Clock Tower).

Target itakapofika katika barabara ya uhuru ikiamua kukata kulia kuelekea mnazi mmoja, operatives walio katika gari ya amri, mara moja huwafahamisha wenzao waliopo katika gari ya mkaa mbali (*out rider*) kujiandaa kuipokea target hiyo. Mara tu *target* itakapofika katika mzunguko wa Clock Tower, gari iliyokuwa ikibeba jukumu la gari ya amri (*Command Vehicle*) huweza kukata kona, au kuchukua barabara tofauti na ile inayo tumiwa na target na hivyo kuiruhusu gari ya msaada (*backup vehicle*) kuchukua jukumu la gari ya amri. Wakati huohuo gari ya Mkaa mbali (*outrider*) iliyokuwa katika barabara ya Samora hujiunga katika msafara wa target na kubeba jukumu la gari ya msaada (*backup vehicle*). Utaratibu wa kubadilishana nafasi na majukumu huendelea kila *target* inapoingia katika barabara au eneo linalomuwezesha kuiona au kuitambua gari ya amri au nyingine yoyote inayofanya *surveillance*.

Magari ya Ziada

Pamoja na kuwepo kwa magari yanayo izunguka target kila upande, *operative* pia huweza kuwa na magari machache yaliyo egeshwa katika maeneo ambayo windo linaelekea. Magari haya hutumika kuifuatilia *target* mahali itakapopita au itakapokuwa ikiondoka katika eneo husika. Magari haya huwa muhimu sana katika kuidanganya *target* kwani mara nyingi si rahisi kwa mtu yeyote kuitilia mashaka gari ambayo ameikuta ikiwa imeegeshwa mahali pa kawaida, au ikiwa imemtangulia mbele katika safari.

KUTAMBUA UFUATILIAJI SAMBAMBA

Endapo *operatives* wote wangekuwa wanafuata misingi na kanuni zote za ufuatiliaji, ingekuwa vigumu sana kwa mtu yeyote kutambua kama anafuatwa (surveillance detection). Hata hivyo kutokana na msongo wa mawazo (stress) unaowakabili operatives wengi wakati wa kufanya kazi hiyo mara nyingi hujisahau na kufanya makosa madogo madogo mengi pasipo kujua. Hata operatives wenye mafunzo na uzoefu wa hali ya juu mara nyingi huchanganyikiwa pale windo lao linapofanya kitendo ambacho hawakuwa wakikitegemea.

Kwa mfano operative wanaoifuata *target* kutoka eneo A kwenda eneo B huwa wamejipanga kwa kila hali kuelekea eneo B na hasa kama walikuwa wamesikiliza au kurekodi mazungumzo ya simu kati ya windo na washirika wake. Kutokana na kuwa na uhakika wa taarifa za awali kuhusu ratiba na nyendo za windo hilo *Operatives* huweza kutanguliza washirika wao (*advance team*) katika eneo husika ili kulisubiri windo husika. Inapotokea windo hilo kubadilisha njia ghafla kwenda sehemu nyingine, au kugeuza na kurudi ilikotokea (U turn) *operatives* hushindwa kujua kama kitendo hicho ni cha kawaida, au windo limegundua kwamba linafuatwa na hivyo linajaribu kuthibitisha au kukimbia. Ili kuweka mambo sawa operatives hulazimika kupangua safu yao, na kubadilisha mtindo wa ufuatiliaji ili kumtoa mashaka muwindwa, na pia kuendelea kumdhibiti kabla hajatoweka machoni.

Yapo mambo mengi muhimu unayopaswa kuzingatia ili kuweza kutambua magari na watu wanaokufanyia ufuatliaji. Ingawa mambo hayo hayathibitishi moja kwa moja kama kila mtu au gari unalolitambua au kulitilia mashaka linakufuata, yanaweza kusaidia sana katika kuungaunga vipande vya matukio (kujumlisha moja na moja kupata mbili) na hivyo kuweza kupata taarifa kamili kuhusu watu wanaokufuata, au kupanga kukufanyia uhalifu. Baadhi ya mambo hayo ni haya yafuatayo:

Kuwa makini katika kutambua nyendo au vitendo vinavyoonesha kwamba gari, mtu, au kikundi cha watu wanakufanyia ufuatiliaji. Zingatia katika kutambua tabia na vitendo vinavyotia mashaka, na sio sura za watu, maumbile, mavazi, umri au haiba. *Operatives* huwa na sura, maumbile, umri na haiba mbalimbali na hivyo sio rahisi kuwatambua au kuwatofautisha na watu wengine kwa sura au maumbile, bali kwa vitendo na tabia zao.

Ukimuona mtu au kikundi cha watu wanaofanya vitendo vya kutia mashaka ndipo unapaswa kuelekeza nguvu zako katika kutambua sura, maumbile na taarifa nyingine muhimu zinazohusu watu hao. Kuwa makini unapoendesha gari, pikipiki, au chombo kingine cha usafiri.

Tambua magari yanayowasha taa (ya ishara) ya kukata kona, na kisha kusita kufanya hivyo (baada ya wewe kutokata kona) na kuendelea kufuata barabara ile ile unayopita. Kuwa makini na magari yanayoongeza mwendo ghafla ili kupita katika taa nyekundu (za usalama barabarani) baada ya wewe kupita.

Tambua magari yanayokwenda mwendo unaoendana na gari yako hata pale unapoendesha kwa mwendo wa kasi sana, au unapopunguza mwendo na kwenda taratibu sana. Yatambue magari yanayokuja nyuma yako kwa kasi na baadae kujipenyeza (kujificha) nyuma ya magari mawili au matatu nyuma yako.

Yatambue magari yanayoendeshwa sambamba na gari lako (kushoto au kulia) huku yakijitahidi kwenda kwa kasi ileile unayoendesha Kuwa makini na magari yanayo punguza mwendo katika makutano ya barabara ili kuruhusu gari lako litangulie katika mojawapo ya njia.

Kuwa makini na magari yanayokwenda mbele na kuegeshwa kando ya barabara au kwenye parking iliyo karibu kufuatia gari lako kusimama ghafla mahali. Watambue madereva wanaojifanya kuharibikiwa gari baada ya wewe kuegesha gari lako mahali. Watambue watu wanaoendesha magari yanayoegeshwa katika sehemu zisizo za kawaida na au kuingia barabarani mara tu baada ya wewe kupita

Kuwa makini na mtu aliyevaa nguo zisizo endana na mazingira aliyopo. Mtambue mtu yeyote au gari lolote ulilo liona katika sehemu tofauti zaidi ya mara mbili. Kuwa makini na gari linalojitokeza ghafla kutoka mtaa mwingine na kutangulia mbele yako, na kisha kufuata njia ile ile unayokwenda (hata baada ya kukata kona kadhaa). Ili kupunguza wasiwasi kwamba gari hilo si kimbelembele (*advance vehicle*) linalokufuata kwa mbele kata kona, au chukua barabara tofauti na *route* yako ya kawaida. Kufanya hivyo kutamchanganya *operative* anayeendesha gari hilo na kukupa nafasi ya kuwa makini zaidi na magari yaliyoko nyuma yako.

Kama unahisi kwamba unafuatwa lakini unashindwa kuyatambua magari au *Operatives* wanaokufuata endesha gari yako kuelekea kituo cha mafuta (*Petrol station*) au simama kwa muda katika duka, mgahawa, ofisi yoyote ya serikali, kampuni, au shirika la umma. Kufanya hivyo kutawalazimisha *Operatives* wanaokufuata kupitiliza sehemu hiyo ili kuficha makucha yao na hivyo kukusaidia wewe kujipanga upya na kuendelea na safari yako. Aidha kitendo hicho kitakusaidia pia kuyaona kwa urahisi na kuyatambua magari yote yatakayosimama katika kituo cha mafuta, ofisi, au mahali pengine popote ulipoingia kwa muda.

Unapotembea kwa miguu

Tembea katika maeneo yaliyo salama. Usipite katika vichochoro, mitaa ya giza au maeneo yanayojulikana kwa ujambazi, vibaka na biashara ya ukahaba. Geuka nyuma mara kwa mara ili kuweza kuwaona watu wanaokuja nyuma yako. Tumia tahadhari unapogeuka nyuma, au kuwaangalia watu wanaokufuata ili kuwatoa wasiwasi *operatives* kwamba umehisi unafuatwa.

Watambue watu wanaokwepa kukutazama usoni kila unapogeuka. Kumbuka mara zote *Operatives* hujitahidi kukwepa kuitazama target usoni kwa kuhofia kutambuliwa. Kuwa makini na mtu anayegeuza sura au kuondoka haraka unapomtazama usoni

Mtambue mtu anayesimama mtaani, katika ukumbi wa jengo au kando ya duka akiwa anasoma gazeti au kitabu. Mtambue pia mtu anayejifanya kufunga kamba za viatu vyake baada ya kukuona ukiwa umesimama ghafla mahali au umeingia dukani.

Mtambue mtu anayeingia katika jengo kwa kuvizia au kwa tahadhari mara tu baada ya wewe kuingia

Tambua sura za watu wanaoelekea kukufuata hata baada ya wewe kubadili uelekeo, au kupita njia ya mzunguko (badala ya njia ya mkato).

Watambue watu wanaotembea sambamba nawe wakiwa upande wa pili wa barabara. Kama unapita katika eneo la maduka watambue watu wanaokufuata nyuma, au pembeni huku wakijifanya kusimama kuangalia bidhaa zilizopangwa madukani au mtaani kila unapogeuka kuwaangalia.

Kama eneo unalopita kuna maduka au majengo yenye madirisha makubwa ya vioo tumia vioo hivyo kuwaangalia na kuwatambua watu wanaokufuata (kwa kupita) upande wa pili wa barabara. Watambue watu wanaojificha nyuma ya nguzo za majengo, miti au msongamano wa watu kila unapogeuka.

Kuwa makini na sura za watu wanaoelekea kubadili mavazi, au muonekano wao katika kipindi kifupi (k.m kuvaa jaketi lenye rangi tofauti, kuvaa fulana badala ya shati, kuvaa suruali na shati badala ya kanzu na kofia).

Pamoja na uwezo wa kutambua surveillance, unapaswa kujua kwamba si muda wote utakuwa ukifuatwa na majambazi, au magaidi. Kwa hiyo huna sababu yoyote ya kupagawa (*panic*), kuishi kwa hofu, na au kuepuka kushiriki katika shughuli zenye manufaa kwako.

Pamoja na hayo ni vema pia kuweka akilini kwamba hakuna muda, siku, wala majira maalum (yanayo fahamika) ambayo majambazi hufanya kazi. Wahalifu huwa kazini muda wote na hivyo wewe pia unapaswa kuwa makini muda wote. Kusoma ishara za nyakati, kuwa makini na mazingira yanayo kuzunguka, na kujifanyia uchunguzi binafsi (*self-assessment*) mara kwa mara kunaweza kukusaidia kujua hali halisi ya usalama wako katika kipindi au wakati husika.

Katika jitihada zako za kutambua watu wanaokufuatilia, si ajabu mara nyingine ukawaona watu unaowafahamu au kuwatambua kwa sura kwamba ni wahuni wa mjini, wavuta bangi, matapeli, na hata maskari na maafisa wa usalama wa Taifa wakiwa katika mazingira ya kutia mashaka, au yanayoashiria kwamba wanakufuatilia. Inapotokea hivyo usikurupuke kuwaambia watu wengine kwamba unafuatiliwa na majambazi, wala usianze kutangaza hisia zako katika vyombo vya habari, kuripoti polisi, au kuwafuata wahusika na kuwaonya waache kukufuata. Tumia busara zako, hekima, na elimu uliyoipata katika kitabu hiki KUTHIBITISHA kama watu hao wanakufuata kweli kabla ya kuchukua hatua nyingine za kiusalama ulizojifunza.

Pia kama wewe ni kiongozi au mwanachama wa chama tawala, chama cha upinzani, au mwanaharakati wa kutetea itikadi ya aina fulani usijenge imani potovu kwamba lazima utakuwa unafuatiliwa na watu wa Usalama wa Taifa (*Intelligence*) au maafisa wa polisi. Kujenga imani potovu kunaweza kukufanya ukashindwa kuwa makini, au kuwatambua maadui wa kweli (majambazi) wanaokufuatilia. Aidha imani hiyo inaweza kukuzuia kutoa taarifa kwa vyombo vya dola kuhusu majambazi wa kweli kwa kudhani watu hao ni watumishi wa idara za usalama.

Amini hisia zako lakini jiepushe na tabia ya kujaribu kuthibitisha hisia na matamanio yako kwa kuyafanya kuwa ndio ukweli (*Self-fulfilling prophecy*). Tabia hiyo inaweza kukufanya utumie muda mwingi kujaribu kuwatambua watu unaodhani kuwa wanakufuatilia ili uweze kuwaripoti polisi hata kama vigezo vingine vya *surveillance detection* vinakuonesha kwamba watu hao hawana nia mbaya nawe.

Kwa mfano mtu mwenye kiu ya kuwatambua watu wanaomfanyia *surveillance* akiitilia mashaka gari inayoendeshwa mbele yake kuwa ni ya wahalifu anaweza kuanza kufuata njia inayopita gari hiyo badala ya kuchukua njia nyingine ambayo katika hali ya kawaida angeitumia. Kitendo hicho ni cha hatari, na kinaweza kumuweka mtu huyu katika hatari ya kuonekana kuwa yeye ndiye jambazi anayefanya *surveillance*.

UKAGUZI WA NJIA

Ukaguzi wa njia pia hujulikana kama *route analysis*. Huu ni utaratibu muhimu na wa lazima katika kujilinda. Mtu asiyefanya ukaguzi wa njia anazopita mara kwa mara hana tofauti na mtu anayekula chakula chenye harufu nzuri kwenye chumba chenye giza, tena kilichojaa wadudu. Mtu huyo huwa katika hatari ya kula uchafu, au kutafuna wadudu bila kujua. Halikadhalika mtu asiyejua kufanya ukaguzi wa njia anazopita huwa kwenye hatari ya kuvamiwa na wahalifu ambao katika hali ya kawaida wasingefanya hivyo. Aina ya Maisha na mazingira unayoishi ni kivutio au kipingamizi kikubwa kwa wahalifu.

Pengine unaposikia 'ukaguzi wa njia' au '*route analysis*' mawazo yako yanakupeleka moja kwa moja kwa maafisa Usalama wa Taifa na Polisi wanaofanya ukaguzi wa njia kabla ya kuruhusu msafara wa mheshimiwa rais au mbio za Mwenge kupita. Kama unafikiri hivyo hujakosea hata kidogo. Maafisa wa Usalama wa Taifa hufanya ukaguzi wa njia kila mara ili kubaini maeneo ya hatari wanayopaswa kuwa makini nayo zaidi, wanapopita na kiongozi, na maeneo salama wanayoweza kumruhusu kiongozi kupita katika gari la wazi au kusimama ili kuwasalimia wananchi.

Wewe pia unapaswa kufanya ukaguzi wa njia kwa namna inayofanana na hiyo ili kutambua maeneo salama na yale ya hatari kwako. Kumbuka kwamba maadui zako wanaweza kuwa tofauti sana na maadui wa rais au kiongozi mwingine wa kitaifa, lakini bado ni maadui. Wanaweza kuwa na uwezo mdogo wa kufanya mashambulizi, au uwezo mkubwa wa kuweza kuangamiza msafara wa kiongozi mashuhuri duniani.

Kama hujawahi kupata mafunzo ya kijeshi au mafunzo mengine yoyote ya usalama bila shaka utajiuliza unawezaje kufanya ukaguzi wa njia bila kuwa na mafunzo maalum? Ki msingi kila mtu mwenye akili timamu amezaliwa akiwa na uwezo wa kutambua marafiki na maadui, sehemu salama na zile za hatari. Uwezo huo huongezeka au kupungua kutokana na mazingira anayoishi mtu huyo, na aina za hatari anazo pambana nazo mara kwa mara. Kwa sababu hiyo watu wengi hufanya ukaguzi wa njia mara kwa mara ili kukwepa hatari au vipingamizi mbalimbali bila kujua kama wanafanya *route analysis*. Ndiyo maana mara nyingine wenyeji wa maeneo fulani wanaweza kukuonya usipite njia hiii au ile kwa sababu utakutana na vibaka au utakamatwa na simba.

Kwa hiyo suala la kufanya ukaguzi wa njia ni la asili, na si kazi ya maafisa usalama au polisi peke yao. Hata hivyo kitabu hiki kitakusaidia kuongeza uwezo wako wa kufanya ukaguzi wa njia kwa kukuelewesha mambo muhimu unayopaswa kuzingatia ili kuweza kutambua maeneo ya hatari na salama.

Lengo kuu la kufanya ukaguzi wa njia ni kutambua maeneo yanayoweza kutumiwa na majambazi, magaidi, au wahalifu wengine kufanya mashambulizi, au kufanya ufuatiliaji (*Surveillance*) kwa lengo la kupata habari za windo. Ili kujua maeneo hayo unapaswa wewe mwenyewe ujivike viatu vya wahalifu na kufikiria kwa makini maeneo ambayo ungeweza kuyatumia kufanya ufuatiliaji au kufanya mashambulizi kama ungetakiwa kufanya hivyo.

Kama utakuwa umefikiria kwa makini bila shaka mawazo yako hayatakuwa tofauti sana na ya majambazi au magaidi. Pamoja na hisia zako unapaswa kuwa makini zaidi na maeneo yafuatayo:

1. Eneo Kabali

Eneo kabali pia hujulikana kama *choke point*. Hapa ni mahali ambapo windo lazima lipite bila kukosa hata kama litajitahidi kubadilisha njia. Eneo kabali la muhimu zaidi huwa karibu na nyumbani, au kazini kwani windo ni lazima litoke na kurudi nyumbani kila siku. Eneo kabali lingine linaweza kuwa sehemu fulani katika barabara unayopita, sehemu ya starehe unayopenda kutembelea kila siku, sehemu ya ibada kama wewe ni mcha Mungu, kwa hawara anayejulikana kama una tabia ya ufuska, na kwenye makutano ya njia au madaraja. Kwa kawaida majambazi na magaidi hufanya mashambulizi katika eneo kabali bora kuliko zote walizozikagua.

Kwa kawaida eneo kabali huwa mahali penye sifa kuu tatu muhimu:

(a) Mahali panapo wawezesha majambazi kujificha au kujichanganya (*Cover or Concealment*) na hivyo kuwepo kwao kutotiliwa mashaka na windo au watu wengine.

(b)   Mahali panapotoa mwanya kwa majambazi kudhibiti nyendo za windo kikamilifu (*Movement Control*)

(c)   Mahali panaporuhusu wahalifu kuweza kutoroka kwa urahisi baada ya kukamilisha mashambulizi, au kama mambo yakienda kombo (*Escape Route*)

Tambua maeneo kabali yote yanayotoa mwanya kwa wahalifu kuweza kujificha, kukudhibiti kwa muda, na kukimbia kwa haraka baada ya kufanya uhalifu, au kabla polisi na raia hawajafika kukupa msaada. Kama kutokana na shughuli zako unaamini kwamba wewe ni kivutio kikubwa zaidi kwa majambazi kuliko magaidi kuwa muangalifu zaidi katika *choke point* unazopita wakati ukiwa umebeba fedha nyingi hasa wakati wa kwenda na kutoka benki.

Angalia kwa makini watu wanaokaa au kusimama katika eneo hilo, magari na pikipiki zilizoegeshwa, na vitu vingine visivyo vya kawaida vilivyowekwa mahali hapo. Watambue watu wa kawaida (wenyeji) na wale wasio wa kawaida (wageni) au wanye nyendo za kutia mashaka, na au wanaoonesha dalili za kufanya ufuatiliaji wima (*stationary surveillance*). Kuwa makini na kila mtu mwenye shauku ya kujua nyendo zako, au anayeelekea kuandika, au kurekodi matukio muhimu unayoyafanya (kama kutoka na kuingia).

2.   Maeneo Tatanishi

Haya ni maeneo yanayoweza kutumika sambamba na eneo kabali katika kufanya mashambulizi, au ufuatiliaji. Kwa mfano, kama sehemu ya barabara ya kuelekea nyumbani kwako inapita katika vichaka, mashamba, msitu, au jengo lisilokaliwa na watu wahalifu wanaweza kutumia sehemu hiyo kufanya mashambulizi (*critical area*). Maeneo mengine ni pamoja na barabara za mitaani zinazotoa mwanya kwa majambazi kukusimamisha njiani bila wewe kujua kama umewekewa mtego. Baadhi ya mambo wanayoweza kufanya ili kukusimamisha ni pamoja na kusababisha msongamano wa magari kwa kutengeneza ajali bandia, kujifanya wameharibikiwa gari, au kuigonga gari yako nyuma ili uweze kusimama.

Kuwa makini na udanganyifu mwingine wa aina yoyote unaoweza kutumiwa na majambazi ili kukusimamisha au kukudhibiti. Udanganyifu huo ni pamoja na kujifanya askari wa usalama barabarani, mafundi wa barabara au mitaro ya maji machafu, wafanya biashara ndogondogo (wamachinga), au walemavu wanaoomba msaada.

Kama usipogundua mtego uliowekewa majambazi wanaweza kukuteka nyara, kukupiga risasi, kukupora fedha na kukimbia katika muda usiozidi sekunde ishirini. Mfano halisi ni matukio mawili ya ugaidi yaliyofanywa na kikundi cha Red Army Faction nchini Ujerumani mwaka 1986 na 1988. Katika matukio hayo magaidi walijifanya wataalam wa barabara (*Road Surveyor*) na kufanikiwa kufanya kazi katika *choke point* kwa wiki mbili kabla ya kufanya mashambulizi

3. Njia ya Kutorokea

Njia ya kutorokea huwa sehemu muhimu na ya maana kuliko zote katika eneo kabali. Sehemu isiyo na upenyo wa kutorokea si chaguo la wahalifu na hivyo hilo ni eneo salama isipokuwa kwa magaidi wanaofanya mashambulizi ya kujitoa muhanga (*Suicide Bombers*). Kabla ya kufanya shambulio wahalifu hukagua njia ya kutorokea kuhakikisha inawapa mwanya wa kukimbia haraka na bila kipingamizi. Katika maeneo yenye msongamano mkubwa wa watu na magari, majambazi hupendelea kutumia pikipiki zinazo wawezesha kupenya katika vichochoro na kutoweka. Majambazi wanaopora mabenki au sehemu za biashara zenye fedha nyingi zisizoweza kubebwa na pikipiki hupenda kutumia magari yaendayo kasi (SUV) yanayoweza kupita katika njia mbaya zenye milima, mabonde na matope.

Kama windo linaishi katika mtaa wenye utulivu au usio na msongamano mkubwa wa magari na watu, majambazi na magaidi huona vyema kufanya shambulio nyumbani wakati windo likiwa linataka kuingia au kutoka nyumbani. Taarifa za kipolisi duniani zinaonesha 80% ya mauaji ya kigaidi (*Assassination*) hufanyika katika *choke point* iliyopo karibu na nyumbani.

Katika hali ya kawaida majambazi hupendelea kupora na kukimbia kimya kimya bila kupiga risasi au kelele; kufanya hivyo huwasaidia kufika mbali zaidi kabla polisi au raia wengine hawajajua kilichotokea. Hata hivyo endapo windo litaelekea kufanya ubishi, kuwa na silaha, au kujitetea kwa namna yoyote majambazi huweza kufanya mauaji ya haraka kabla ya kupora fedha na kukimbia. Katika mazingira haya hata kama windo lina walinzi wa karibu (*Bodyguards*) huweza kuzidiwa nguvu na kuuawa pia.

Majambazi wanaojiamini zaidi, na au wenye silaha kubwa (*Machine gun* **na** *PPG*) huweza kukaa katika eneo la tukio kwa muda mrefu zaidi ili kuchukua kila kitu wanachotaka. Endapo polisi au wananchi watajitokeza kutoa msaada majambazi hawa huweza kupiga risasi angani ili kuwatawanya raia wanaojikusanya na pia kuwaonya polisi wasisogee katika eneo hilo.

Unapofanya ukaguzi wa njia (*Route Analysis*) jiulize maswali muhimu yafuatayo:

- Kuna njia ngapi kutoka nyumbani kwenda kazini kwako, benki, au mjini?
- Njia ipi ni salama zaidi?
- Kuna *choke point* ngapi?
- Kama ukibadilisha njia unapita katika *choke point* ngapi?
- Mipaka ya *choke point* hizo inaanzia wapi na kuishia wapi
- *Choke point* ipi inayoweza kuwavutia zaidi wahalifu?
- Katika *choke point* hiyo wahalifu wanaweza kutumia kifuniko *(cover)* gani?
- Wanaweza kutumia kifuniko hicho kwa muda gani?
- Wakiwa katika *choke point* hiyo wahalifu wanaweza kufanya
  mashambulizi ya aina gani?
- Eneo hilo linawasaidiaje kufanya uhalifu?
- Eneo hilo lina njia ngapi za kutorokea?
- Njia ipi inaweza kutumika kwa urahisi zaidi?
- Katika siku za nyuma sehemu hiyo imewahi kutumiwa kufanya mashambulizi?
- Kama ndiyo, yalikuwa mashambulizi ya aina gani?
- Kama sehemu hiyo itatumika kufanya *stationary surveillance* wafuatiliaji watajipanga vipi?

- Njia ipi bora zaidi inayoweza kutumika kuwatambua *operatives*?
- Kuna uwezekano wowote wa mashambulizi kufanyika katika barabara kuu?
- Kama ndiyo, yatakuwa mashambulizi ya aina gani?
- Eneo linaloweza kutumiwa kwa mashambulizi ni karibu na nyumbani?
- Kama mashambulizi yatafanyika nyumbani wahalifu wanaweza kuvamia muda gani?
- Choke point iliyo karibu na nyumbani inatoa mwanya wa mashambulizi muda wote?
- Kama utabadilisha njia unazopita kutakuwa na tofauti gani ya muda?
- Watu waliopo nyumbani kwako wanaweza kuwaona na kuwatambua watu walio katika choke point?
- Kama sivyo, mtu wa nyumbani anaweza kukagua choke point dakika 15 kabla hujafika kutambua watu waliopo kabla wewe hujafika?

Maswali haya ni kiongozi muhimu katika kufanya ukaguzi wa njia. Tumia pia hekima na uzoefu wako kutambua vitu vingine muhimu vinavyoweza kuwasaidia wahalifu kufanya mashambulizi kwa urahisi katika mazingira yako. Unapoona dalili zozote za kutia mashaka jiongezee ulinzi, wafahamishe watu wako wa karibu, na ikibidi toa taarifa katika vyombo vya dola.

TAARIFA KWA IDARA YA USALAMA WA TAIFA

Kila nchi duniani inavyo vyombo vya ulinzi na usalama vinavyofanya kazi ya kukusanya taarifa za kiintelijensia, kuzichambua na kuzitumia kwa manufaa ya Taifa. Ingawa vyombo hivyo (idara) hutofautiana kwa muundo, sera, taratibu na utendaji kutegemea sheria za nchi husika bado lengo huwa ni lilelile; kuilinda nchi ili isishambuliwe na maadui wa ndani na nje, na kudumisha amani na utulivu nchini. Katika nchi zinazotawaliwa kidikteta (kimabavu) idara za Usalama huegemea zaidi katika kutetea na kulinda maslahi, ustawi, na usalama wa viongozi waliopo madarakani hata kama kufanya hivyo kunagharimu maisha ya wananchi wengi wasiokuwa na hatia. Hali hiyo husababisha wananchi wa kawaida kuziogopa na kuzichukia idara za usalama katika nchi hizo kwa kuamini ni chinjachinja.

Ili kurahisisha utendaji kazi, kujenga uwiano, na kuhakikisha maadui wa Taifa wanadhibitiwa ipasavyo nchi zilizoendelea huwa na vyombo vingi vya usalama vyenye majukumu mbalimbali. Vyombo hivyo hufanya kazi kwa kujitegemea, au kwa kushirikiana kutegemea muundo, mfumo wa utendaji kazi, na sheria za nchi husika. Kwa mfano, nchini Marekani shirika la ujasusi la nchi hiyo (CIA), idara ya upelelezi (FBI), na idara ya Usalama wa Taifa (NSA) hufanya kazi kwa kujitegemea huku zikiunganishwa au kuwa chini ya mwavuli wa idara ya *Homeland Security*. Nchi hiyo pia inazo idara nyingine nyingi za usalama zinazofanya kazi kimyakimya ndani na nje ya nchi hiyo kwa manufaa ya Marekani.

Uingereza nayo kama ilivyo Marekani inavyo vyombo vingi vya usalama vinavyofanya kazi ndani na nje ya nchi hiyo ikiwa pamoja na MI5, MI6, Scotland Yard, na vingine vinavyofanya kazi kimya kimya kama mizimu. Idara hizo pamoja na majukumu mengine ndizo zinazo wajibika kuwatambua, na kuwadhibiti majambazi, magaidi, wauzaji wakubwa wa mihadarati na wahalifu wengine kabla hawajafanya uhalifu wao; na kuwakamata wale waliofanya uhalifu ili kuwafikisha katika mikono ya sheria.

Nchini Tanzania idara ya Usalama wa Taifa (TISS) na idara ya upelelezi wa makosa ya jinai (CID) ndizo idara zinazohusika moja kwa moja na kupambana na uhalifu nchini. Idara ya upelelezi wa makosa ya jinai (CID) kama lilivyo jina lake inashughulika zaidi na uchunguzi wa makosa ya jinai hususan wizi, ujambazi, mauaji, wizi wa kalamu, biashara ya mihadarati, na makosa mengine kama yalivyo ainishwa katika sheria ya makosa ya jinai (*Penal Code*).

Idara ya Usalama wa Taifa (TISS) yenyewe imepewa jukumu la kupambana na ugaidi, uhaini, uzandiki, uhujumu, na makosa mengine yanayo hatarisha usalama wa Taifa kama ilivyoainishwa katika *Sheria namba 15 ya idara ya Usalama wa Taifa ya mwaka 1996.* Idara hii inao wajibu wa kufanya uchunguzi, kuwatambua, kuwafuatilia, na kupanga mikakati ya kuwakamata au kuwadhibiti magaidi, majasusi, wahaini na watu wengine wanaoonekana kuhatarisha usalama wa Taifa. Kwa mujibu wa sheria ya usalama wa Taifa siyo jukumu wala wajibu wa Idara ya Usalama wa Taifa kuwakamata, kuwatesa, wala kuwafuatilia wananchi wa kawaida kwa kushiriki kwao katika shughuli za siasa au kujiunga na vyama vya upinzani. (Soma kitabu *Ijue Idara ya Usalama wa Taifa*). Hata hivyo kutokana na muundo, na utendaji wake (wa siri) idara ya Usalama wa Taifa imekuwa ikiogopwa sana na wananchi hususan viongozi na wanachama wa vyama vya siasa vya upinzani.

Kimsingi hofu ya wananchi juu ya idara hiyo imechochewa na kauli za vitisho zinazotolewa mara kwa mara na baadhi ya viongozi wa chama tawala hususan kuhusu matumizi ya idara hiyo katika kuwadhibiti wapinzani. Kauli hizo ambazo mara nyingine hufuatana na matukio ya kupigwa, kukamatwa na kuwekwa rumande zimesababisha wananchi wengi kutoiamini idara hiyo nyeti na kuiona kama ni sehemu ya chama tawala; kitu ambacho si sahihi.

Sababu nyingine zinazowafanya wananchi kutoiamini idara hii nyeti ni pamoja na kukithiri kwa rushwa nchini, biashara haramu ya madawa ya kulevya, kuongezeka kwa wageni haramu, na ufisadi uliokithiri serikalini. Hata hivyo, pamoja na changamoto zake ni muhimu ieleweke kwamba idara ya Usalama wa Taifa ndiyo muhimili wa usalama nchini. Kimsingi nchi yoyote haiwezi kuwa salama kama haina idara ya usalama wa Taifa yenye kuaminika.

Ni ajabu kwamba watanzania wengi huilaumu idara ya Usalama wa Taifa, Jeshi la Polisi, na Taasisi ya kuzuia rushwa kwa kushindwa kukomesha uhalifu nchini, lakini watanzania hao hawafanyi jitihada zozote katika kuzisaidia idara hizo kuwadhibiti wahalifu.

Ni ukweli usiopingika kwamba idara yoyote ya kupambana na uhalifu duniani haiwezi kufanikisha kazi zake bila ya kupata msaada wa wananchi. Ndiyo maana idara za usalama za nchi zilizoendelea kama Marekani, Uingereza, Urusi, na Israeli zimepata mafanikio makubwa katika kuwadhibiti wahalifu na maadui wengine wa mataifa hayo kwasababu zinathaminiwa, na kuungwa mkono na wananchi wake.

Kwa mfano, baada ya tukio la ugaidi linalojulikana kwa jina la Marathon Bombing lililotokea mwezi April 2013 jijini Boston Marekani, idara ya upelelezi ya nchi hiyo (*Federal Bureau of Investigation*) iliwaomba wananchi (waliokuwepo katika eneo la tukio kushuhudia mbio za marathon) kutuma picha za video walizopiga kwa kutumia simu zao za mkononi kwenye ofisi za idara hiyo ili iweze kuzitumia kupata picha ya magaidi waliofanya uovu huo. Kufuatia wito huo wananchi waliitumia idara hiyo maelfu ya picha na video zilizosaidia kutambuliwa kwa magaidi Dzhokhar na Tamerian Tsarnaev. Katika tukio hilo watu watatu waliuawa na wengine 183 kujeruhiwa.

Kwa sababu hiyo ni wajibu wako, na wa kila mwananchi anayedhamiria kwa dhati kupambana na uhalifu kushirikiana na ofisi ya idara ya usalama wa Taifa kwa kuipa taarifa sahihi kuhusu wahalifu unaowajua, au nyendo za kutia mashaka ulizobaini. Kufanya hivyo kunaweza kusaidia kuokoa maisha yako, familia yako, marafiki, na watu wengine usiowafahamu.

Zingatia kwamba si kazi wala wajibu wako kuchunguza na kuthibitisha kwamba mtu au kikundi cha watu fulani ni magaidi. Kufanya hivyo kunaweza kukutia katika hatari wewe na familia yako. Magaidi na majambazi ni watu hatari wasiopenda kufahamika na mara zote huwa tayari kumuua au kumjeruhi mtu yeyote aliyewabaini nyendo zao au kuwatambua. Unachopaswa kufanya ni kutoa taarifa kwenye ofisi ya usalama wa Taifa kuhusu watu unaofahamu kuwa ni wahalifu, wenye nyendo za kutia mashaka, au wanaoelekea kufanya maandalizi ya kufanya uhalifu wa aina fulani.

Ni muhimu kuipa taarifa idara ya Usalama wa Taifa kwa sababu idara hiyo inao maafisa wenye ujuzi wa kupambana na wahalifu wa kila namna, inavyo vifaa vya kisasa, na wataalam waliobobea katika masuala ya ufuatiliaji. Aidha idara hiyo inaruhusiwa kisheria kufanya uchunguzi kwa namna ambayo wewe binafsi, idara nyingine za serikali na vyombo vingine vya dola haviruhusiwi.

Si vyema na wala si busara hata kidogo kutotoa taarifa kwa vyombo vya dola kuhusu mashaka uliyonayo juu ya watu fulani kwa kuhofia kuonekana mbaya, unajipendekeza, au kufikiria eti utabambikiwa kesi. Mara nyingine watu wanaosita kutoa taarifa muhimu kwa vyombo vya dola baadaye hujikuta wakijuta kwa kushindwa kuokoa maisha ya watu wasiokuwa na hatia, au kuzuia uharibifu wa mali.

Kwa mfano, mwaka 1998 baadhi ya wakazi wa eneo la Ilala Bungoni, jijini Dar es salaam walikuwa na mashaka na raia fulani wa kigeni wenye (asili ya kisomali na kiarabu) waliokuwa wakiishi katika nyumba moja iliyopo katika eneo hilo. Wageni hao walikuwa wamejenga geti kubwa la mabati, kuzuia watu kuchungulia ndani ya nyumba waliyokuwa wakiishi kama wapangaji. Ingawa ni kawaida kwa nyumba za jijini Dar es salaam kuwa na uzio na geti ili kuzuia wezi, geti lililowekwa na wageni hao lilikuwa kubwa mno, na lilijengwa nyuma ya geti lingine la kawaida lililokuwepo kwa muda mrefu.

Pamoja na kuweka geti hilo lisilokuwa la kawaida katika maeneo hayo (kwa wakati huo) kwa wiki kadhaa wageni hao walikuwa na tabia ya kugonga gonga vyuma kila siku hali iliyoashiria kwamba walikuwa wakitengeneza kitu au vitu fulani. Kwa vile hakuna mtu aliyekuwa akiweza kuingia au kuchungulia ndani ya nyumba hiyo wakazi hao walikuwa na shauku kubwa ya kujua vitu walivyokuwa wakitengeneza watu hao.

Zaidi ya yote watu hao walikuwa hawatoki nje ya nyumba yao kama ilivyo desturi ya watanzania wengi. Kutwa kucha watu hao walikuwa wakishinda ndani au uani mwa nyumba yao, na ni mtu mmoja tu ndiye aliyekuwa akitoka nje kwenda kununua mahitaji. Hata hivyo kila mara mtu huyo alipokuwa akitoka na kuingia alihakikisha kuwa hakuna mtu yeyote anayeweza kuona mambo yanayoendelea ndani ya uzio.

Kwa muda mrefu majirani na wakazi wengine wa eneo hilo walikuwa na maswali mengi kuhusu tabia na nyendo (zisizo za kawaida) za wageni hao lakini hakuna aliyeona haja ya kuchukua hatua ya kutoa taarifa katika kituo cha polisi, au ofisi ya Usalama wa Taifa. Mama mmoja mwenye hekima alienda kutoa taarifa kwa mjumbe wa nyumba kumi wa eneo hilo, lakini mjumbe huyo bila kufuatilia kwa karibu taarifa hiyo alimtoa wasiwasi mama huyo akiamini kuwa wageni hao walikuwa watu wenye fedha, na bila shaka walikuwa na hofu ya kuvamiwa na majambazi.

Mwaka mmoja baadae ndipo ilipofahamika kwamba watu hao walikuwa ni Khalfan Khamis Mohammed, Ahmed Khalfani Ghailan, Fazul na magaidi wengine wa kikundi cha Al-Qaida waliohusika na ulipuaji wa bomu ofisi ya ubalozi wa Marekani, iliyokuwa katika makutano ya barabara ya Ali Hassan Mwinyi na Kinondoni jijini Dar es Salaam. Magaidi hao walitumia muda wao walioishi eneo la Ilala Bungoni kupanga mashambulizi dhidi ya Marekani, kununua vifaa vya kutengeneza milipuko, kuunganisha bomu na kulisafirisha kutoka katika nyumba hiyo kwenda ubalozi wa Marekani kufanya mashambulizi.

Kelele za kugongwa kwa vyuma walizokuwa wakisikia wananchi zilikuwa zikisababishwa na vyuma, mbao, na nondo zilizokuwa zikipigiliwa ndani ya gari aina ya Nissan Atlas kuliwezesha kubeba mitungi ya gesi na vitu vingine vilivyotumika kutengeneza bomu hilo. Kwa hiyo kama wakazi wa Ilala Bungoni waliokuwa na mashaka kuhusu nyendo za watu hao, wangetoa taarifa za watu hao katika ofisi ya Usalama wa Taifa, au kituo cha polisi kilichokuwa karibu nao, maisha ya watu kumi na moja waliouawa katika tukio hilo yangeweza kuokolewa, achilia mbali hasara ya mali na uharibifu mkubwa uliofanyika.

Katika tukio lingine lililotokea mwaka 2012 jijini Dar es Salaam, mama mmoja alijikuta akijilaumu na kububujikwa machozi baada ya kupuuzia taarifa ambazo zingeweza kuokoa mali za mwanawe na kuwaepusha wapangaji wake na kipigo cha majambazi. Siku moja kabla ya majambazi kuvamia nyumba ya mama huyo iliyokuwa eneo la Tabata, kijana mmoja alimfuata kumueleza kwamba amewasikia watu fulani anaohisi kuwa ni majambazi wakipanga kuvamia nyumba yake usiku wa siku inayofuata ili kumpora fedha mtoto wake aliyekuwa amekuja kutoka Uingereza alikokuwa akifanya kazi. Kwa vile mama huyo alikuwa akimfahamu vizuri kijana aliyemletea taarifa hizo kwamba ni mlevi na mzururaji hakuyapa uzito maneno yake kwa kufikiri alikuwa akijipendekeza kwa mwanawe ili apewe fedha za kwenda kununulia pombe.

Saa nane usiku wa siku ile ile iliyotajwa na yule kijana mlevi, majambazi wanne wakiwa na silaha za kivita walivunja mlango wa mbele wa nyumba ya mama huyo kwa kutumia jiwe kubwa (Fatuma) na kuingia ndani kumtafuta mgeni aliyetoka Uingereza ili kumpora vitu alivyokuja navyo. Majambazi hao walitishia kumkata kichwa mtoto wa mama mwenye nyumba aliyekuwa na umri wa miaka minne kama wasingepewa fedha na vitu walivyotaka. Kwa bahati nzuri kijana aliyekuwa akiwindwa hakuwepo nyumbani humo kwani alikuwa amekwenda kulala kwa rafiki yake anayeishi Mikocheni.

Baada ya kumkosa mtu waliyekuwa wanamtaka majambazi waliingia katika kila chumba kupora fedha na vitu vya thamani kutoka kwa wapangaji waliokuwa wakiishi katika nyumba hiyo na kisha kutoweka. Yamkini kama mama huyo angechukua uamuzi wa kuwaeleza polisi taarifa alizopewa na kijana aliyemuita 'mlevi' bila shaka majambazi hao wangeweza kukamatwa kwa urahisi na hivyo kuokoa mali na maisha ya watu wengine wasiokuwa na hatia.

Matukio haya mawili yanakumbusha umuhimu wa kutopuuza hisia zako, au nyendo zisizo za kawaida unazo zishuhudia kwa watu unaowatilia mashaka, au kuwatambua kwamba ni wahalifu. Ipe uzito taarifa yoyote inayohusu usalama wako binafsi, usalama wa watu wengine, na usalama wa Taifa kwa ujumla. Tafakari kwa kina kila chembe ya taarifa uliyopata kuhusu wahalifu kabla ya kuamua kuitia kapuni. Tumia hekima yako, uzoefu ulionao katika masuala ya kijamii, elimu, na maarifa uliyoyapata kwa kusoma kitabu hiki kuamua kama taarifa uliyopata ni muhimu au la.

Kama taarifa uliyonayo inahusu uwezekano wa kufanyika vitendo vya kigaidi, hujuma, mauaji, au ujambazi wa kutumia silaha usiipuuze; chukua tahadhari zote zilizoelezwa katika kurasa zilizotangulia, na nenda ukatoe taarifa katika ofisi ya idara ya Usalama wa Taifa iliyopo karibu.

Ofisi za idara ya Usalama wa Taifa zipo katika wilaya na mikoa yote ya Tanzania bara na Visiwani. Kama hufahamu mahali zilipo ofisi za idara hiyo katika wilaya au mkoa uliopo nenda kwenye ofisi ya mkuu wa wilaya au mkuu wa mkoa husika na hapo utapewa maelekezo ya kukufikisha katika ofisi ya Usalama wa Taifa. Kama uko nje ya Tanzania unaweza kutoa taarifa katika kituo chochote cha polisi, au ofisi ya ubalozi wa nchi yako mahali ulipo. Katika ofisi hiyo utakutana na maafisa watakao kusaidia kufikisha taarifa zako katika vyombo vya dola vya nchi uliyopo.

Uwapo katika ofisi ya Usalama wa Taifa, au ofisi ya ubalozi waeleze maafisa wa idara kila kitu unachokijua (bila kuficha) kuhusu watu unaowatilia mashaka, au taarifa ulizozipata kuhusu uhalifu unaopangwa. Usisite kuwaeleza maafisa mambo ya msingi hata kama yanakuhusu wewe mwenyewe kwa kuhofia habari hizo kuvuja mitaani. Maafisa wa idara ya Usalama wa Taifa wamekula kiapo cha kutunza siri na hivyo hawaruhusiwi kisheria kutoa nje habari za ndani ya idara hiyo hususan zinazowahusu raia wema wanaojitolea kuisaidia idara.

Unapotoa taarifa yako kwa maafisa wa idara zingatia usahihi wa majina ya watu, maumbile yao, mahali wanapoishi, kazi wanazofanya, vitendo vya kutia mashaka ulivyo shuhudia au kusikia kwamba watu hao wamefanya, na majina ya watu wanaoshirikiana nao (kama unayafahamu). Kama umeshuhudia kufanyika kwa vitendo vya hujuma, ugaidi, au mauaji kumbuka namba ya nyumba, mtaa, majengo au mahali palipofanyika vitendo hivyo, uharibifu uliofanyika, majeruhi kama wapo n.k. Jitahidi pia kukumbuka na kuwaeleza maafisa namba za magari, pikipiki, boti au vyombo vingine vilivyokuwa vikitumiwa na wahalifu hao katika kufanya hujuma, au kuandaa uhalifu.

Kama huna taarifa za ndani (*details*) kuhusu uhalifu unaopangwa, au uliofanyika waeleze maafisa ukweli bila kuficha wala kuongeza chumvi. Usibadilishe hadithi au kuongezea matukio ili kufanya taarifa yako ipendeze. Ni bora uwe na taarifa fupi ya kweli kuliko kuwa na hadithi ndefu isiyo na maana. Pamoja na umuhimu wa kutoa taarifa katika idara ya usalama wa Taifa na vyombo vingine vya dola ni lazima pia ieleweke kwamba ni kosa la jinai kutoa taarifa za uongo, upotoshaji au majungu. Taarifa za uongo au upotoshaji zinaweza kusababisha usumbufu kwa watu wasiokuwa na hatia, na gharama kwa serikali. Kwa hiyo unapokwenda kutoa taarifa katika vyombo vya dola hakikisha hufanyi hivyo kwa lengo la kumtia matatani mtu asiyekuwa na hatia, kutaka kujipatia umaarufu, au maslahi binafsi.

———————

JILINDE KWA MTUTU WA BUNDUKI

Uwezo wa kutambua shambulio wakati likiwa katika hatua za awali ndiyo karata ya mwisho inayoweza kukuokoa katika janga la kuporwa na majambazi au kuuawa na magaidi. Unapoona dalili za kuanza kwa shambulio jua uko katika hatari kubwa ya kupoteza maisha yako. Kwa hiyo unapaswa kufanya maamuzi sahihi na ya haraka ili kujiokoa. Kama mazingira yanakuruhusu kukimbia fanya hivyo. Ondoka katika eneo hilo haraka bila kuwapa mwanya wahalifu hao kukufuata. Ukishindwa kuondoka jaribu kufanya jambo lolote la kuwachanganya akili ili wababaike na kushindwa kufanikisha lengo lao. Ukiweza toa ishara kwa watu waliopo katika eneo hilo kuhusu tukio linalotaka kutokea. Kama unaendesha gari pita njia nyingine, au ingia mahali salama ambapo wahalifu hawawezi kukufuata. Kama huwezi kuondoa gari bonyeza kengele ya tahadhari (alarm) ya gari. Kelele za kengele hiyo zinaweza kuwaogopesha na kuwafanya watimue mbio (Rejea maelezo ya sura zilizotangulia).

Jambo muhimu la kuzingatia ni kuwa unatakiwa kuchukua hatua hizi endapo umefanikiwa kutambua maandalizi ya kuwepo kwa shambulizi, na au kuwashitukiza wahalifu kabla hawajaanza utekelezaji wa shambulio lao. Mara nyingi majambazi (wenye silaha ndogo) wanaposhitukizwa huamua kutimua mbio kusalimisha roho zao hasa kama wakiona wananchi wameanza kupiga kelele za kuomba msaada. Kumbuka jambazi hupata ujasiri pale anapofanikiwa kulidhibiti windo, au anapokuwa na hakika windo haliwezi kupata msaada wa haraka. Kwa hiyo, kama watu waliokuvamia ni majambazi wenye bunduki, na tayari wamesha kudhibiti usijaribu kujitetea wala kukimbia; wape fedha au vitu vyovyote vya thamani wanavyovitaka na wasihi wasikudhuru.

SHAMBULIO LINAVYOFANYIKA

Kwa kawaida windo linapofika katika *choke point* majambazi hufanya vitendo vya kulivuruga akili (*attention distraction*) ili wapate kulidhibiti kimwili na kiakili kabla ya kukamilisha lengo lao la kupora, kuua au kuteka nyara. Katika mazingira haya wahalifu huwa katika nafasi kubwa zaidi ya kufanikiwa (90%) kwa sababu huwa wameshajua nguvu, na uwezo wa windo katika kujilinda.

Wahalifu huwa makini kusoma ishara na dalili zote zinazo oneshwa na windo wakati wa hatua za kukaribisha mashambulizi (*Invitation stage*). Endapo windo halitaonesha dalili yoyote ya kushuku, kuongeza ulinzi, au kufanya vitendo visivyo vya kawaida majambazi hukamilisha operesheni yao ya uporaji au hujuma. Kama wakihisi windo limeshituka, limeongeza ulinzi, au linafanya vitendo visivyo vya kawaida wahalifu huweza kukimbia kabisa, au kuahirisha shambulio kwa muda ili kujijenga upya.

Kama wakiamua kuendelea na mashambulizi hata kama windo limeshituka wahalifu hufanya hivyo kwa nguvu, morali na kasi ya hali ya juu (kati ya sekunde 10 hadi 30 tu). Kufanya hivyo huwahakikishia usalama wao kwa kumnyima muhanga nafasi ya kuomba msaada wa aina yoyote, na pia hupunguza uwezekano wa kutambuliwa sura au alama za mwilini zinazoweza kusaidia katika upelelezi.

Kwa mtu asiye na mafunzo maalum ya usalama mapambano kati yake na majambazi huanza baada ya kuvamiwa au kudhibitiwa na majambazi. Hali hiyo humpa nafasi finyu sana ya kujitetea au kuweza kuwashinda wavamizi. Mtu mwenye mafunzo ya usalama huwa na nafasi kubwa kidogo ya kuweza kuhimili mashambulizi au kujitetea hususan kama atakuwa amegundua kuwepo dalili za kushambuliwa kabla mashambulizi hayajaanza (*Attack Recognition*).

Kwa tukio la ugaidi hali inaweza kuwa ngumu zaidi kuliko tukio la ujambazi kwa sababu mara nyingi magaidi huwa na lengo la kuteka nyara, kuua, kuangamiza, au kuharibu na kisha kutoweka au kujiua katika shambulio. Kwa sababu hiyo magaidi huweza kuendelea na mashambulizi hata baada ya windo husika kutambua dalili za kuwepo kwa mashambulizi, au kufanya vitendo visivyo vya kawaida.

Majambazi huweza kuahirisha mashambulizi kwa urahisi kwa sababu lengo lao huwa ni kupora fedha na kukimbia kwa usalama. Kwa hiyo kitendo chochote kinachoweza kuwazuia kutopata fedha wanazohitaji au kushambuliwa na raia wenye hasira kinaweza kuwafanya kuahirisha mpango wao kwa muda. Tatizo ni kwamba, kwa sababu makundi ya magaidi na majambazi yamekuwa yakifanikiwa kufanya mauaji na uporaji mara kwa mara, watu wengi wamekata tamaa ya kujilinda.

Baadhi ya watu huamini eti kama majambazi wakitaka kukuvamia watakupata tu, hawawezi kukukosa! Imani hii ni potovu na ni kinyume cha misingi ya usalama wa mtu binafsi. Kama usipochukua hatua za kujilinda ni kweli wahalifu watakusumbua mara kwa mara. Lakini kama ukiimarisha ulinzi wako binafsi na ulinzi wa nyumbani kwako, majambazi watakuacha na kutafuta windo jingine watakaloona wanaweza kulidhibiti kwa urahisi zaidi.

KUJILINDA KWA MTUTU

Matumizi ya silaha ya moto yanapaswa kuwa suluhisho la mwisho kabisa katika kujiokoa na uhalifu. Hii ni kwa sababu matumizi ya silaha yanahusisha uhai wa mtu. Kila unapotoa silaha yako kwa lengo la kuitumia kujihami maana yake umekusudia kutoa uhai wa mtu, au kumjeruhi. Aidha wewe unayetoa silaha pia unakuwa katika hatari kubwa ya kuweza kuuawa au kujeruhiwa. Ni muhimu sana utafakari vilivyo kabla ya kuamua kutumia silaha yako kujihami.

Lakini kwa vile majambazi na wahalifu wengine hutumia silaha katika kufanikisha uhalifu wao, mara nyingine suala la kujibu mashambulizi au kujihami kwa mtutu linakuwa halikwepeki. Kwa ujumla si rahisi kwa mtu wa kawaida, asiyekuwa na mafunzo maalum kuweza kupambana na wahalifu kwa mikono mitupu. Hata hivyo upo uwezekano mkubwa kwa mtu mwenye bunduki, bastola, au silaha nyingine madhubuti kuweza kuwazuia majambazi wasikamilishe uporaji wao kwa kuwajeruhi, na hata kuwaua. Kwa hiyo pamoja na athari zake, bado kuna umuhimu kwa kila mtu mwenye uwezo mkubwa wa kifedha (tajiri), akili timamu, na uwezo wa kutumia silaha, kumiliki kihalali bunduki au bastola ili kujiongezea ulinzi nyumbani na mahali popote anapokuwa.

Kimsingi kila nchi ina sheria zake zinazohusu umiliki na matumizi ya silaha za moto hususan bunduki na bastola. Sheria hizi zimetungwa ili kulinda uhai kwa kuzuia matumizi ya hovyo ya silaha. Kwa hiyo kabla ya kufikia maamuzi ya kununua silaha au kuitumia hakikisha umezisoma na kuzielewa sheria zote zinazolinda matumizi ya silaha mahali ulipo.

Kisheria, unaweza kutumia silaha kumuua au kumjeruhi mtu kama yuko katika tendo la kukudhuru, kukuua, au kumjeruhi mtu mwingine mbele yako. Pia unaweza kumdhibiti mhalifu kwa silaha kama atajaribu kuingia kwa nguvu ndani kwako kwa lengo la kukudhuru au kupora mali. Hili linaenda sambamba na kujitetea endapo mhalifu atajaribu kukuteka nyara, kuiteka familia yako, kupora mali yako, na au kufanya jambo lingine lolote linaloashiria kutishia uhai wako.

Sheria haikuruhusu wewe wala mtu yeyote kuua kwa makusudi au kujeruhi kwa kisingizio cha kujitetea (*self defence*) kama hauko katika hatari. Kumbuka ukiua mtu hata kama ni kwa kujitetea bado utachunguzwa na vyombo vya dola, na unaweza kupelekwa mahakamani kujibu mashitaka. Endapo ikibainika kuwa mgogoro uliokufanya utumie silaha umetokana na mabishano ya kawaida, visa, kisasi. au ushabiki; na kwamba wakati wa tukio haukuwa katika hatari ya kupoteza maisha yako, mahakama inaweza kuamua kukupa adhabu kwa kosa la kuua. Kwa sababu hii ni muhimu sana kujizuia kutumia silaha kwa sababu yoyote ile isipokuwa kutetea uhai wako na, au wa mtu mwingine. Jifunze na jizoeze tabia ya kutatua migogoro kwa mazungumzo ya amani, na bila jazba.

Kabla ya kwenda mahali popote fanya uchunguzi kujua kama unaruhusiwa kubeba silaha katika eneo hilo. Katika nchi zote ulimwenguni kuna maeneo yaliyotengwa, ambayo mtu yeyote haruhusiwi kubeba silaha, isipokuwa polisi na watumishi wengine wa vyombo vya dola. Maeneo hayo ni pamoja na nyumba za ibada, vilabu vya pombe, sehemu za kucheza watoto kama *water parks*, viwanja vya ndege, na kila mahali ilipowekwa marufuku ya kuingia na silaha. Katika nchi zilizoendelea wenye maduka na majumba ya starehe huweza kuweka tangazo la kuzuia mtu yeyote kuingia na silaha, hata kama aina ya biashara ya mahali hapo haimzuii mteja kuingia na silaha.

Kabla ya kufikia uamuzi wa kununua na kumiliki silaha ya moto, ni vyema ujiulize mara mbili kama kweli uko katika hatari ya kuvamiwa kiasi cha kuhitaji kuwa na silaha ya moto. Aidha ni vizuri pia kujiuliza kama mazingira unayoishi na kufanya kazi yanakuwezesha kutembea na silaha, kwa kuzingatia kanuni na mashalti ya umiliki, utunzaji, na utumiaji silaha. Watu wengi wanaokurupuka kununua bastola kwa ajili ya kujionesha, kutishia watu wengine, au kufuata mkumbo hujikuta katika matatizo makubwa ya kisheria na kiusalama.

Napenda kusisitiza tena kwamba majambazi huwa na kawaida ya kumuua, au kumjeruhi vibaya mtu yeyote anayeonekana kuwa na silaha wakati wa shambulio. Majambazi hufanya hivyo ili kuondoa uwezekano wa kushambuliwa, au kuwekewa ugumu wa kukamilisha mpango wao wa uporaji. Kimsingi mtu mwenye silaha huwa katika hatari kubwa zaidi ya kuuawa kuliko mtu asiyekuwa na silaha. Kumbuka kwamba kabla ya utekelezaji wa uvamizi, majambazi huwa na taarifa kamili kuhusu upinzani wanaoweza kuupata wakati wa shambulio na hivyo wanapomvamia mtu mwenye silaha huwa wamejiandaa kikamilifu kumdhibiti na hata kumuua endapo itawalazimu kufanya hivyo.

Jambo lingine la muhimu na la kuzingatia sana ni kuwa silaha yoyote ya moto (hasa bastola) ni mtaji kwa majambazi. Mara nyingi majambazi wanaoanza kazi ya unyang'anyi hutumia silaha za kuazima, au kukodi kutoka kwa majambazi wazoefu, au raia wasio waaminifu wenye vibali vya kumiliki silaha. Kwa hiyo inapotokea windo wanalolifuatilia linamiliki bunduki au bastola majambazi huona hiyo ni fursa ya kuweza kujipatia fedha na pia kitendea kazi kingine (zana) bila gharama yoyote.

Pamoja na kumuweka mmiliki katika hatari kubwa zaidi ya kuuawa au kujeruhiwa na majambazi, silaha pia huweza kumpa kiburi na kujiamini kupita kiasi mtu aliyeishika. Ndiyo maana vijana wengi wenye silaha hujikuta wakifanya ubabe au kuanzisha vurugu zisizo kichwa wala miguu kwa kujua kama wakizidiwa nguvu watatumia bastola kuwatishia au kuwanyamazisha wapinzani wao. Tabia hiyo husababisha vijana wengi kuua bila kukusudia na kuishia kifungoni.

Kabla hujaitoa silaha yako mahali ulipoiweka, jiulize kwa makini kama unalazimika kuitumia au la! Usitoe silaha kama hulazimiki kuua kwa kujitetea. Zingatia kuwa ni kosa kubwa kutoa silaha kama hukusudii kuitumia. Kufanya hivyo kunaweza kukusababishia kuuawa, kujeruhiwa, au kujeruhi watu wengine. Toa silaha kama ni lazima kufanya hivyo kwa usalama wako na wa wale unaowalinda; na itoe ukiwa tayari kuitumia. Katika nchi zilizoendelea hususan Marekani ambako sheria za umiliki wa silaha ni nyepesi watoto wengi hujeruhiwa na au kuuawa kila mwaka kutokana na ajali za silaha (*Accidental shooting*). Ni wajibu wako na kila mtu anayetamani kumiliki silaha kujifunza na kuzingatia mashalti yote ya umiliki, utunzaji na utumiaji wa silaha ili kuzuia maafa yanayoweza kusababishwa na uzembe.

1. UTARATIBU WA KUMILIKI SILAHA

Ununuzi wa silaha si jambo dogo. Unapofikia uamuzi wa kununua silaha unapaswa kuwa na hakika kwamba utazingatia mashalti yote ya umiliki, na utunzaji silaha, na pia utaweza kuitumia silaha hiyo ipasavyo pale utakapolazimika kufanya hivyo. Kabla ya kununua silaha unapaswa ujifunze sheria zote zinazohusu umiliki wa silaha katika nchi au mji unaoishi. Njia rahisi ya kupata nakala ya sheria hizo ni kutembelea *websites* za mamlaka zinazohusika, kwenda katika ofisi au vituo vya polisi vinavyo shughulikia umilikishaji silaha, au kutembelea maduka rasmi yaliyosajiliwa kuuza bunduki na risasi.

Zingatia kwamba kila nchi ina sheria na taratibu tofauti zilizotungwa kulingana na mahitaji, mazingira na katiba (*constitution*) ya nchi husika. Kwa mfano katiba ya nchi ya Marekani inatangaza kwamba ni haki ya msingi ya kila raia wa nchi hiyo kumiliki na kubeba silaha. Hivyo raia wa Marekani anapotaka kununua bunduki au bastola anahitaji kuwa na kitambulisho chake tu, na kujaza nyaraka chache za serikali zinazowaruhusu watumishi wa vyombo vya dola kumfanyia upekuzi. Baada ya taratibu hizo zinazochukua chini ya nusu saa raia huruhusiwa kufanya malipo na kukabidhiwa silaha yake.

Nchini Tanzania utaratibu wa umilikishaji silaha ni mrefu na una ukiritimba mwingi kutokana na uduni wa mawasiliano, na ukosefu wa kumbukumbu (*data bank*) sahihi za mienendo ya kila raia. Mwombaji silaha nchini Tanzania hutakiwa kujaza fomu maalumu ya maombi ya kumiliki silaha ambayo hupatikana katika ofisi za wakuu wa polisi wa wilaya (OCD) nchini. Baada ya kujaza fomu hiyo mwombaji hutakiwa kuipeleka katika ofisi ya serikali za mitaa katika mji au kijiji anachoishi ili aweze kuidhinishwa. Uongozi wa serikali za mitaa ukishapokea fomu hizo huitisha kikao maalumu cha kumjadili muombaji ili kuona kama anazo sifa zinazostahili.

Endapo uongozi wa serikali ya mtaa husika utabaini kwamba mwombaji ni mwizi, mlevi, mgomvi, muhuni, au ana tabia nyingine zisizoridhisha (uongozi) unaweza kupendekeza muombaji asipewe leseni ya kumiliki silaha. Kama uongozi huo ukimuidhinisha muombaji kupewa leseni fomu zake hurudishwa kwenye ofisi ya mkuu wa polisi wa wilaya (OCD) ili ofisi yake ya upelelezi wa makosa ya jinai iweze kufanya uchunguzi kuona kama mhusika amewahi kutuhumiwa ujambazi au kosa lingine lolote la jinai. Ofisi ya upelelezi wa makosa ya jinai ikikamilisha uchunguzi wake hupeleka fomu za muombaji kwenye ofisi ya Usalama wa Taifa ya wilaya (DSO) husika. Ofisi hiyo huwajibika kumchunguza muombaji ili kugundua kama anazo dosari zozote za kiusalama kama vile kujihusisha na makundi ya ugaidi, ujasusi, hujuma, uhaini, au mambo mengine yanayoweza kuhatarisha usalama wa Taifa kwa ujumla.

Ofisi ya usalama wa Taifa ya wilaya (*District Security Office*) ikisha kamilisha uchunguzi wake huwasilisha fomu ya muombaji (na waombaji wengine kama wapo) pamoja na vielelezo vingine vinavyohitajika kwenye kikao maalum cha Kamati ya Ulinzi na Usalama ya wilaya ili kuweza kumjadili muombaji. Kikao cha Kamati ya Utendaji ya Ulinzi na Usalama (KUUU) huongozwa na mkuu wa wilaya husika ambae kisheria ndiye mwenyekiti wa kamati hiyo, na huhudhuriwa na Mkuu wa usalama wa Taifa wilaya (Katibu), Mkuu wa polisi wilaya (Mjumbe), Mkuu wa magereza wilaya (Mjumbe), Mshauri wa jeshi la Mgambo wilaya (Mjumbe), Afisa Uhamiaji wilaya (Mjumbe), Afisa Tawala wilaya (Mjumbe), na Mkurugenzi wa Maendeleo wa wilaya (Mjumbe). Kikao hiki kwa ujumla ndicho chenye nguvu ya kukubali au kukataa maombi ya mhusika. Endapo kikao cha kamati hii kitamuidhinisha muombaji kupewa leseni muombaji huwa na uhakika wa kupewa leseni kwa asilimia zaidi ya 98. Na endapo kikao hiki kitayakataa maombi ya muombaji kwa sababu yoyote ile, uwezekano wa muombaji kupata leseni huwa mdogo mno.

Baada ya kikao cha kamati ya ulinzi na usalama kuidhinisha maombi ya mhusika, fomu zake hupelekwa katika kikao cha kamati ya ulinzi na usalama ya mkoa ili kupewa Baraka. Utaratibu huu huwezesha vyombo vya dola vya mkoa husika kupata taarifa za muombaji kutoka wilaya nyingine za mkoa huo ili kuthibitisha uadilifu wa muombaji.

Kama kilivyo kikao cha Kamati ya ulinzi na usalama ya wilaya, kikao hiki huwa na nguvu za kuweza kukataa maombi ya mtu yeyote yule hata kama yalipitishwa na kikao cha kamati hiyo ngazi ya wilaya; hata hivyo mara nyingi waombaji waliopitishwa wilayani huwa wamesha idhinishwa kuwa ni safi. Endapo muombaji atapitishwa na kikao cha mkoa, fomu zake hupelekwa kwa mkurugenzi wa upelelezi wa makosa ya jinai (DCI) ambaye kisheria ndiye mwenye mamlaka ya kutoa leseni za kumiliki silaha, na hivyo uamuzi wake ni wa mwisho. Ingawa utaratibu huu unaonekana kuwa mrefu na wenye usumbufu mwingi, husaidia sana kuwachuja waombaji wasiofaa na hivyo kupunguza idadi ya watu wasio na sifa zinazostahili kumiliki silaha.

KUCHAGUA SILAHA

Ukitembelea maduka yanayouza silaha utakuta bunduki na bastola nyingi na za aina mbalimbali. Kutokana na maendeleo ya sayansi na teknolojia makampuni mengi yanayojihusisha na utengenezaji na uuzaji wa silaha hutoa aina mpya za silaha kila mwaka ili kuhimili ushindani wa kibiashara na kukidhi haja ya wateja. Pamoja na wingi wa silaha hizo ni lazima ieleweke kwamba si kila bunduki au bastola inamfaa kila mtu. Kama vile binadamu tunavyo tofautiana ki maumbile na tabia, silaha nazo zimetengenezwa katika namna tofauti inayofanya kila silaha iwe bora kwa matumizi maalumu na mtumiaji mwenye sifa fulani.

Ingawa kila bunduki ina uwezo wa kuuwa kama ikitumiwa inavyotakiwa, si kila mtu anayeweza kutumia kila bunduki kwa namna inayofaa kiasi cha kuweza kuleta matokeo yanayokusudiwa. Unapotaka kununua silaha inakupasa ujue aina ya bunduki au bastola inayokufaa kulingana na umbo lako, uwezo wako wa kuitawala silaha, na aina ya matumizi au ulinzi unaokusudia kuufanya. Kwa mfano, bunduki aina ya Rifle 458 na 375 ni nzuri, kubwa na zina uwezo wa kumuangusha binadamu au mnyama wa aina yoyote. Kutokana na uwezo wake mkubwa bunduki hizo hutumiwa kwa kuwindia wanyama wakubwa tu kama Tembo, Vifaru, Nyati, Viboko, na Simba. Hata hivyo, ingawa bunduki hizo zina nguvu ya ziada na mshindo mkubwa unaoweza kuwatawanya majambazi wenye silaha ndogo hazifai kwa ulinzi wa nyumbani kwa sababu risasi zake ni kubwa mno; zinaweza kutoboa kuta za nyumba, kusafiri umbali mrefu na kujeruhi watu wasiokuwa na hatia. Aidha umbo kubwa la bunduki hiyo linaifanya iwe mzigo na isiyofaa kwa matumizi ya ulinzi wa nyumbani au ofisini.

Silaha zinazofaa zaidi kwa ulinzi wa nyumbani, ofisini,

na barabarani ni bunduki Rifle AK 47, UZI gun, Shotgun, na bastola (Handgun). Kutokana na ubora wake bunduki (rifle) AK 47 na UZI hutumiwa zaidi na wanajeshi, polisi na maafisa wengine wa vyombo vya dola tu.

(i) **BASTOLA** (*Handgun*)

Bastola ni silaha yenye umbo dogo linalompa mtumiaji urahisi wa kuificha, kutembea nayo na kuitumia mahali popote. Mtumiaji mwenye uzoefu huweza kutumia bastola akiwa amelala chini, amekaa, anakimbia na hata akiwa anaendesha gari au pikipiki. Bastola za kisasa zina uwezo wa kubeba risasi nyingi na hivyo kumpunguzia mtumiaji wasiwasi wa kujaza risasi (*loading*) wakati wa mapambano. Pamoja na udogo wake bastola zina nguvu ya kutosha kumdhibiti adui yeyote.

Bastola (*Handgun*) zimegawanyika katika makundi makuu mawili: *Revolver* na **Pistol** (*Semi-automatic*).

(a) Revolver

Silaha hizi zimekuwa zikitumika sehemu mbalimbali ulimwenguni kwa miaka zaidi ya mia moja. Umbo na muundo wake unaifanya silaha hii kuwa nyepesi na rahisi kutumiwa. Revolver zina uwezo wa kuchukua risasi tano hadi sita ambazo huwekwa katika chombo cha mviringo kinachoitwa *cylinder*. Chombo hicho huzunguka kila *trigger* inapovutwa ili kuruhusu risasi mpya kukaa sambamba na nyundo (hammer) ambayo kazi yake ni kugonga risasi ili kuanzisha mlipuko. Baadhi ya revolver zinazopendwa zaidi na watumiaji wa silaha hii ni:

1. Smith & Wesson - Model 60.

Silaha hii imeundwa kwa chuma kisichoshika kutu (Stainless). Ina mtutu wa inchi tatu na uwezo wa kubeba risasi sita za 38 special.

2.   TAURUS – Model 85 .38SPL
Imeundwa kwa chuma imara (blue steel). Silaha hii ni nyepesi lakini yenye nguvu ya kutosha kumdhibiti adui. Ina uwezo wa kubeba risasi sita za .38 special. Polisi wa nchi mbalimbali duniani hutumia revolver hii kama silaha ya msaada (*backup weapon*).

3.   Smith & Wesson – Model Governor
Imeundwa kwa chuma imara, ina mtutu wa inchi 2 ¾ na uwezo wa kubeba risasi sita za .45/410 caliber. Silaha hii ina nguvu kubwa ya kuweza kumdhibiti hata simba.

4.   Colt – Model Magnum Carry
Imeundwa kwa chuma imara, ni double action revolver. Ina uwezo wa kubeba risasi sita za .357 Magnum.

5.   Smith & Wesson Model 686
Imeundwa kwa chuma kisichoshika kutu na mtutu wa inchi 2.5. Ina uwezo wa kubeba risasi sita au saba za .357 magnum.

(b)   Pistol (*Semi-automatic handgun*)
Pistol hupendwa na watumiaji wanaojali kuwa na idadi kubwa ya risasi katika bastola kwa wakati mmoja. Pistol zenye magazine kubwa (*extended magazine*) zinaweza kubeba risasi kati ya 17 na 30. Zipo pistol zenye *caliber*

ndogo (.22, .25, n.k), na zenye *caliber* kubwa (.357 Magnum, 45 ACP, n.k). Baadhi ya pistol zinazopendwa zaidi (zenye soko katika maduka ya silaha) ni pamoja na:

Kimber 1911 Eclipse Ultra II

Kwa ujumla silaha zote zilizotengenezwa na Kimber ni nzuri na za kuaminika. Wanajeshi wengi wa Marekani (US ARMY) hupendelea kubeba Kimber 1911 hasa wanapokuwa katika uwanja wa mapambano. Kimber 1911 eclipse Ultra II imeundwa kwa chuma kisichoshika kutu (*Stainless steel*). Ina mtutu wa inchi 3 na uwezo wa kubeba risasi 7 za .45 caliber katika magazine ya kawaida, na risasi 10 katika *magazine* kubwa (extended).

Glock – Model 30 SF .45 ACP

Silaha zinazo tengenezwa na kampuni ya Glock zinaaminika kwa uwezo wake mkubwa wa kuvumilia mazingira na hali zote za hewa. Pistol za Glock zimetengenezwa kwa kutumia teknolojia ya kisasa ambapo plastiki ngumu (Synthetic polymers) imetumika badala ya chuma na hivyo kuzifanya ziwe nyepesi zaidi na zisizoshika kutu. Maafisa wa Usalama na Polisi nchini Marekani hupendelea kubeba silaha za kampuni hii. Glock 30 SF ina mtutu wa urefu wa inchi 3.77, ina uzito wa gramu 577 (bila risasi) au gramu 855 (ikiwa na risasi). *Magazine* yake ina uwezo wa kubeba risasi 10 au 13 za ukubwa wa .45 (caliber).

Glock – Models 17 caliber 9x19

Silaha hii ina mtutu wa inch 4.48 (full size), ina uzito wa

gramu 625 (bila risasi) na gramu 905 (ikiwa na risasi). Magazine yake ina uwezo wa kubeba risasi 17 za 9mm.

Glock - Model 23 .40 S&W

Ina mtutu wa inchi 4.01, uzito wa gramu 604 (bila risasi), na gramu 888 (ikiwa na risasi). Glock 23 ina uwezo wa kubeba risasi 13 au 17 za ukubwa wa (*caliber*) .40 S&W

Beretta - Model px4 storm .40 S&W

Silaha hii imeundwa kwa chuma cha pua, na inapatikana katika ukubwa tofauti. Kubwa (*Full size*) ina mtutu wa inchi 4.0, uzito wa *Ounce* 27.7 na uwezo wa kuchukua risasi 17 zenye ukubwa wa 9mm. Ndogo (*Compact size*) ina mtutu wa inchi 3.2, uzito *Ounce* 27.3 na uwezo wa kuchukua risasi 15 za 9mm.

Walther – Model P 88 .9mm

Silaha hii iliundwa kwa mara ya kwanza na Ujerumani mwaka 1988. Mwaka 1996 ilifanyiwa marekebisho ili kuifanya iwe imara na nyepesi zaidi. Ina mtutu wenye urefu wa inchi 4.0, uzito wake ni gramu 568 (bila risasi) na uwezo wa kubeba risasi 15 za ukubwa wa 9mm.

Sig Sauer- Model P229 Scolpion 9mm

Hii ni mojawapo ya silaha zinazopendwa na maelfu ya askari nchini Marekani. Ina mtutu wa inchi 3.9, uzito wa Ounce 32 na uwezo wa kuchukua risasi 10 au 13 za 9mm.

Colt – Model Mustang XSP .380

Silaha hii hupendwa zaidi na watu wasioweza kuhimili

msukumo (recoil) wa silaha kubwa. Kutokana na udogo wake, wepesi na urahisi wa kulenga shabaha silaha hii ni chaguo la kwanza la wazee na wanawake. Imeundwa kwa chuma kisichoshika kutu, ina mtutu wenye urefu wa inchi 3.25, na uzito wa *Ounce* 21.75 (Bila risasi).

Kahr - Model MK9 Elite
Imeundwa kwa chuma cha pua, ina ukubwa wa inchi 3, uzito wa Ounce 24 na uwezo wa kubeba risasi 10 za 9mm.

Spring field Armory – Model XDM
Silaha hii imeundwa kwa plastiki ngumu (Synthetic Polymers) inayoifanya iwe nyepesi kuliko silaha nyingine zenye ukubwa unaolingana. Ina mtutu wa urefu wa inchi 3.8, uzito wa *Ounce* 27.0 na uwezo wa kubeba risasi 9 za .45 ACP

(ii) SHOTGUN
Pamoja na umbo lake kubwa shotgun ni kimbilio la makampuni mengi ya ulinzi, na watu wanaohofia zaidi usalama wa nyumbani. Shotgun ina uwezo wa kusababisha madhara makubwa kwa windo lililo mbali, na mshindo wake ni mkubwa kiasi cha kuweza kuwachanganya majambazi. Kwa kutumia Shotgun mtumiaji mwenye uwezo wa hali ya juu anaweza kuwadhibiti majambazi hata kama wamefika umbali ambao bastola haiwezi kupata lengo, au kufanya madhara makubwa.

Kama zilivyo *handgun,* Shotgun zimegawanyika katika

makundi makuu mawili: *Pump action* na *semi-automatic*.
Shotgun *Pump action* hubeba risasi nyingi lakini huhitaji
mtumiaji ku pampu ili kuingiza risasi katika chemba kila
baada ya mpigo mmoja, na *semi-automatic* ambazo huingiza
risasi chemba zenyewe kila baada ya pigo moja kama *semi-
automatic pistol* inavyofanya kazi. Shotgun hutumia risasi
kubwa zinazoitwa *slugs* ambazo hutofautiana kwa umbo
na risasi za rifle au pistol. Shotgun 12 bore huaminika
zaidi kwa nguvu yake ya kuweza kuangusha hata wanyama
wakubwa.

(iii) *Sub Machine Gun* (SMG)
Hizi ni bunduki aina ya rifle zenye uwezo wa kubeba risasi
nyingi, na kufanya mashambulizi mfululizo. Zipo *Sub
Machine Gun* za aina nyingi, zinazobeba risasi kati ya
ishirini hadi 100 kutegemea ukubwa wa kisanduku cha
kuwekea risasi (magazine) kinachounganishwa kwa wakati
husika. SMG iliyo maarufu zaidi ni ile iliyotengenezwa na
Mikhail Kalanishkov maarufu kwa jina la Avtomat
Kalanishkov 47 (AK 47) iliyotengenezwa mwaka 1947
nchini Urusi. Bunduki hii hutumiwa na majeshi ya ulinzi
na usalama, vikundi vya kigaidi, na watu binafsi katika
nchi zilizoendelea. Kinachoifanya silaha hii kuwa bora
zaidi ni uwezo wake wa kuhimili mabadiliko ya hali ya
hewa, hali inayoiwezesha kufanya kazi kwa ubora katika
mazingila ya aina yote. Risasi ya bunduki hii huweza
kwenda umbakli wa mita 2160 na kuua mtu aliyeko
umbali wa mita 1500 (Kilometa moja na nusu).

UNUNUZI WA SILAHA
Umiliki wa silaha ya moto ni jambo muhimu katika

kujilinda na wahalifu. Hata hivyo kabla ya kufanya hivyo unapaswa kuzingatia mambo muhimu yafuatayo: Kama huna mafunzo ya kijeshi au utaalam wowote wa kutumia silaha, jiunge na mafunzo ya mgambo, au chuo binafsi kinachofundisha matumizi ya silaha. Kama huwezi kujiunga na mafunzo ya mgambo tafuta mkufunzi yeyote anayeweza kukufundisha kikamilifu matumizi bora ya silaha kabla ya kununua silaha yako.

Usishawishike kubeba bastola kabla hujajua namna ya kuitumia vema. Ni afadhali kutokuwa na silaha kuliko kutembea na silaha usiyojua kuitumia. Kabla ya kununua silaha pata ushauri wa kitaalam kuhusu sheria na taratibu zote zinazohusu umiliki na matumizi ya silaha mahali ulipo. Pamoja na hilo, pata mafunzo maalum ya jinsi ya kutumia silaha unayotaka kuinunua. Hakikisha mtu anayekufundisha ni mkufunzi wa silaha, au mwalimu aliyeidhinishwa kutoa mafunzo ya aina hiyo.

Unapokwenda kununua silaha hakikisha bunduki au bastola unayochagua inaendana vema na umbo lako. Isiwe nzito, au kubwa kiasi cha kukupunguzia uwezo wako wa kulenga na kupiga *target*. Hakikisha kitako cha *pistol* au *revolver* unayochagua kinaenea vizuri katika mkono wako. Kitako kikiwa kikubwa mno, au kidogo kupita kiasi kitakupunguzia uwezo wako wa kuitawala silaha

Usidharau dosari ndogondogo unazoziona katika silaha kwani zinaweza kuonekana kubwa na kukupa usumbufu mkubwa unapokuwa kwenye msongo wa mawazo (stress), au mapambano ya ana kwa ana na wahalifu.

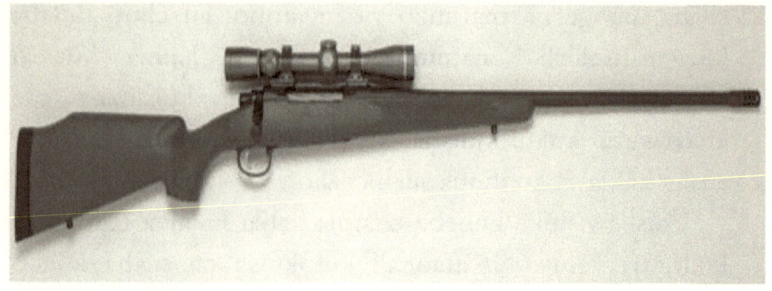

Rifle 375

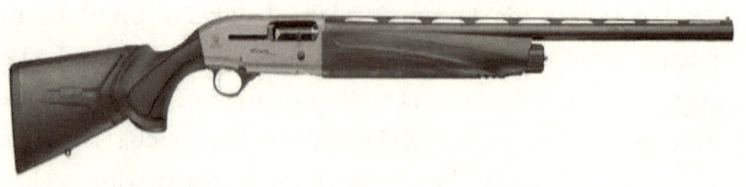

Shotgun

AK 47 (SMG)

Light Machine Gun

Semi-automatic Pistol

Revolver

Chagua silaha unayoweza kuitawala. Usichague silaha yenye *calibre* kubwa kama huna uwezo wa kudhibiti *recoil* kubwa. Ni afadhali kutumia silaha ndogo unayoimudu vema kuliko silaha kubwa itakayokupa usumbufu; kimsingi ni bora kuwa na 9mm unayoimudu vema kuliko .45 ACP usiyoweza kuimudu. Jaribu silaha mbalimbali kabla ya kufikia uamuzi wa kununua ili uone silaha inayokufaa zaidi. Kama huna uzoefu mkubwa wa kutumia bastola nunua Glock safe action (*semi-automatic pistol*). Silaha hii ni nyepesi, rahisi kutumia, na ina nyenzo bora zaidi za usalama kulinganisha na silaha nyingine.

Chagua *calibre* kubwa zaidi unayoweza kuimudu na kuitawala. Kama unaweza kuitawala vema bastola yenye mtutu wa .45 ACP na yenye mtutu wa 9mm, nunua .45 ACP kwani silaha hiyo ina nguvu zaidi na inaweza kukupa matokeo bora zaidi kuliko 9mm. Kama huwezi kumudu *caliber* kubwa usihofu kutumia *caliber* ndogo kwani kutokana na udogo wa risasi zake, silaha ndogo kama .380, 9mm na nyinginezo huwa zina *magazine* zenye uwezo wa kubeba risasi nyingi zaidi na hivyo kumuwezesha mtumiaji kuipiga target mara nyingi zaidi. Kwa mfano baadhi ya bastola zenye ukubwa wa 9mm kama Glock model 17 huweza kubeba risasi 17 katika magazine yake. Kiasi hicho ni maradufu ya kiasi cha risasi zinazoingia katika magazine ya bastola aina ya Kimber 1911 Eclipse ultra II yenye mtutu wa .45 ACP ambayo hubeba risasi 7 tu.

USALAMA WA SILAHA

Silaha inaweza kuwa rafiki mkubwa, au adui asiyefaaa katika maisha yako kutegemea jinsi unavyoitunza na kuitumia. Ukiitunza na kuitumia vema silaha yako inaweza kuokoa maisha yako na ya wale wanaokutegemea. Lakini kama usipoitunza vema silaha inaweza kukuletea maafa makubwa wewe mwenyewe, familia yako, na hata watu wengine usiowafahamu. Kwa usalama wako zingatia mambo yafuatayo:

Usiweke au kuacha silaha iliyojazwa risasi mbali nawe. Uwapo nyumbani, kazini, sehemu ya mazoezi ya kulenga shabaha, au mahali pengine popote hakikisha unayo silaha yako kibindoni, mkononi, au mahali pengine salama pasipoweza kufikiwa na mtu yeyote. Kama unalazimika kuiacha silaha yako kwa muda toa risasi zote na kuziweka mahali salama mbali na silaha. Zingatia kwamba silaha iliyojazwa risasi ni hatari kwako binafsi, kwa watoto, na watu wengine waliopo katika eneo husika. Iheshimu na kuilinda silaha yako muda wote kana kwamba imejazwa risasi. Usiichezee au kuiweka hovyo silaha kwa kuamini kuwa haina risasi. Usielekeze mtutu wa silaha yako kwa mtu, kikundi cha watu, wanyama au eneo lolote lisilo salama hata kama silaha yako haina risasi.

Unapokuwa ukitembea hakikisha silaha uliyobeba imeelekezwa juu au chini kwa usalama. Hakikisha hatua unazopiga haziwezi kuathiri au kubadilisha uelekeo wa silaha yako. Usimruhusu mtu mwingine yeyote (asiyeruhusiwa kisheria) kushika, kuchezea, au kutumia silaha yako. Kufanya hivyo ni uvunjaji wa sheria, na kunaweza kukuingiza katika mashitaka ya mauaji au ujambazi usiohusika. Kutokana na maendeleo ya sayansi na teknolojia askari wa upelelezi wanao uwezo wa kutambua silaha iliyotumika katika mauaji au ujambazi kwa kuangalia maganda ya risasi, au risasi iliyopatikana katika mwili wa muhanga. Vilevile ni kosa la jinai kuazimisha au kukodisha silaha (kinyume cha sheria) hata kama mtu anayeazima hakusudii kufanya uhalifu wowote.

Usibebe silaha kama umekunywa pombe japo kidogo. Pombe humfanya mnywaji kurahisisha mambo, na mara nyingine kufanya maamuzi yasiyo sahihi. Katika hali yoyote usijaribu kutumia silaha wakati umelewa.

Tumia risasi maalum zinazoendana na ukubwa (*caliber*) wa bunduki yako. Kamwe usishawishike kutumia risasi za ukubwa tofauti hata kama risasi hizo zinaenea katika *magazine* ya silaha yako. Kutumia risasi zisizoidhinishwa au zisizoendana na silaha yako kunaweza kukusababishia uharibifu wa silaha, kujeruhiwa, na hata kifo. Kwa hiyo ingawa risasi za bastola ya ukubwa wa 9mm na .40 S&W huonekana kana kwamba zinalingana ukubwa, risasi hizo ni tofauti na haishauriwi kuzichanganya katika matumizi.

Usiweke kidole chako katika *trigger* kama hukusudii, au hujafikia uamuzi wa kufyatua risasi. Jizoeze kuweka kidole chako mbali na *trigger* hata wakati unapokuwa ukilenga shabaha. Kufanya hivyo kutakusaidia kuepuka uwezekano wa kufyatua risasi bila kukusudia kama ukishituliwa au kusukumwa na mtu mwingine.

Kabla ya kufyatua risasi hakikisha umeiona vyema *target* unayokusudia kuipiga. Itambue *target* na vitu vilivyopo nyuma yake. Usifyatue risasi kama huna hakika na lengo unalokusudia kupiga, au kama huoni vizuri kitu au mtu aliyeko nyuma ya target. Kufanya hivyo kutakusaidia kuepuka maafa yanayoweza kujitokeza endapo utaikosa *target*, au kama risasi itatoboa target na kwenda mbele zaidi. Usipige risasi kwenye kitu kigumu kama ukuta wa zege, chuma, au maji. Risasi inapokutana na vitu hivyo huweza kubadilisha uelekeo na kukujeruhi wewe mwenyewe au watu wengine walio karibu.

Jifunze mbinu bora, sahihi na salama za kutunza na kutumia silaha. Fanya mazoezi ya kuifungua na kuifunga silaha yako katika hali na mazingira mbalimbali. Unapokwama au kuhitaji msaada wa kitaalam usione aibu kuomba msaada kutoka kwa watu wenye utaalam na uzoefu mkubwa zaidi yako.

Jizoeze kutembea na bastola yako kila unapokwenda kwani hujui siku wala saa utakayovamiwa na majambazi. Tumia silaha pale tu unapolazimika kufanya hivyo ili kuokoa maisha yako, maisha ya watu wengine, na au mali zako. Usitumie silaha yako kutishia raia wasiokuwa na hatia, usioneshe bastola yako hadharani, wala kuwaambia watu wengine kwamba unatembea na bastola. Utakuwa na nafasi nzuri zaidi ya kuwadhibiti majambazi kama watakuvamia bila kujua kwamba una silaha, kuliko kama wakiwa na taarifa kwamba unamiliki, au una tabia ya kutembea na silaha.

Jifunze na kufuata misingi yote ya usalama wa mtu binafsi. Zingatia kwamba silaha si mlinzi bali ni chombo tu unachopaswa kukitumia ili kujiokoa. Silaha haiwezi kukusaidia chochote endapo wewe mwenyewe hujajizoeza kuwa makini, kutambua viashiria mbalimbali vya hali ya hatari ikiwa pamoja na mienendo ya watu unaokutana nao katika mazingira mbalimbali. Uwezo wa kuwatambua majambazi kabla hawajaanza utekelezaji wa mpango wao ni silaha kubwa, na ya maana zaidi kuliko silaha nyingine yoyote.

USAFIRISHAJI WA SILAHA

Safari ni jambo la kawaida katika maisha ya mwanadamu. Kwa hiyo si ajabu katika wakati fulani unaweza kulazimika kutoka sehemu moja kwenda nyingine. Kwa vile safari huhitaji maandalizi, kama wewe ni mmiliki silaha mojawapo ya maandalizi muhimu unayopaswa kufanya ni kuhusu usalama wa silaha yako. Jambo hili ni muhimu hivyo maamuzi yako ni muhimu yazingatie mambo makuu Matano:

(a) Aina ya safari unayokwenda

(b) Hali ya matishio na usalama wa mahali hapo

(c) Aina ya usafiri unaotumia

(d) Muda utakaokuwa safarini

(e) Sheria za umiliki silaha mahali hapo.

Katika kuyatafakari mambo haya bila shaka wakati mwingine utapata ugumu wa kufanya maamuzi kwa sababu ya kutokuwa na hakika lipi ni muhimu kuliko lingine. Inapotokea hivyo tumia uzoefu wako wa siku zilizopita, au omba ushauri kwa maafisa wa vyombo vya dola, hususan jeshi la polisi.

(a) Aina ya safari unayokwenda

Mambo ya kawaida yanayomfanya mtu afunge safari kutoka sehemu moja kwenda nyingine ni kazi au biashara, mapumziko au starehe, masomo, na dharura kama kupata matibabu (ugonjwa), kuuguliwa, misiba na kadharika.

Kama wewe ni mfanya kazi bila shaka kanuni za mahali unapofanya kazi ndizo zitakazo kuongoza kama usafiri na silaha yako au la. Lakini kama wewe ni mfanya biashara, ni wajibu wako kuamua kama usafiri na silaha yako au la. Kwa kifupi kama wewe ni mfanyabiashara maarufu na au mtu mwenye fedha nyingi ni vyema usafiri na silaha yako ili kujihakikishia ulinzi. Aidha, kama katika safari yako unalazimika kuchukua fedha nyingi kichele, suala la kuchukua silaha linakuwa ni la lazima kwani mazingira ya safari yako yanaweza kuwa kivutio kwa majambazi. Hata hivyo usiamue kubeba silaha bila ya kuwa na taarifa za mahali unapokwenda, na kutafakari mambo mengine yaliyotajwa. Kumbuka silaha ni mzigo unaohitaji kutunzwa kuliko mzigo mwingine wowote ule.

(b) Hali ya vitisho na usalama wa mahali hapo.

Kama mahali unapokwenda pana usalama wa kutosha, ni mji ulio salama, na au unafikia kwa mwenyeji au hoteli unayoiamini kwa usalama wake, unaweza usiwe na sababu ya kubeba silaha yako. Lakini kama mahali unapokwenda hupajui vizuri, au unazo taarifa kwamba si mahali salama, ni vyema ubebe silaha yako. Hii haijalishi kama safari yako ni ya kibiashara, mapumziko, au ya dharura. Kubeba silaha si tu kunakuongezea uwezo wa kujilinda, bali pia kunakupa kujiamini katika mazingira unayotembea hata kama yanatisha. Hata hivyo, umuhimu wa kubeba silaha safarini unapaswa kuwa mkubwa au mdogo kutegemea matishio na hali ya usalama wako binafsi kulingana na thathmini uliyojifanyia. Jambo hili limeelezwa kwa kina katika sura inayofuata.

(c) Aina ya usafiri unaotumia

Kama unasafiri kwa gari lako binafsi ni vizuri ubebe silaha yako. Kama safari yenyewe ni ya kibiashara, na umechukua fedha kichele kuwa makini zaidi, na jiandae kisaikolojia kupambana na wahalifu. Kama safari yenyewe ni ndefu au inachukua muda mrefu beba silaha, na tafuta mtu wa kusafiri naye. Uzoefu wa matukio yaliyopita umetufundisha kuwa majambazi huweza kupata taarifa za safari ya mtu wakati mwenyewe akiwa ameshaondoka, na hivyo kujaribu kufanya mikakati ya kumshambulia kwa kuwatumia wenzao wanaoishi maeneo ya njia aanayopita mhusika au mahali anakokwenda. Kwa hiyo unapokuwa katika safari ya kibiashara inayohusisha mabadilishano ya fedha au vito vya thamani hakikisha silaha yako imejazwa risasi, na iko kibindoni tayari kwa matumizi.

Kama unasafiri kwa ndege unaweza usilazimike kubeba silaha. Usafiri wa anga ni salama kwani wasafiri wote hupekuliwa kuhakikisha hawana silaha. Kwa kawaida abiria hawaruhusiwi kuingia na silaha zao kwenye ndege, isipokuwa wale tu wenye kazi maalum ikiwa pamoja na walinzi wa ndege (*Air marshal*). Hata hivyo, kama mahali unakokwenda hakuna usalama bado unaweza kulazimika kubeba silaha yako. Kama ni hivyo, wajulishe wakala wa shirika la ndege unayosafiria ili wakupe maelekezo, sheria na taratibu za kusafirisha bunduki yako na risasi.

Kwa namna yoyote ile usijaribu kuingia na silaha yako kwenye ndege hata kama ulishatoa taarifa kwa wakala. Mashirika ya ndege karibu yote ulimwenguni hutaka silaha, risasi na vitu vingine vya hatari vikabidhiwe kwa maafisa wa ndege na kuwasilishwa kwa rubani ili kuhakikisha usalama wa ndege na abiria. Kwa hiyo usijaribu kuficha silaha yako kwenye begi la nguo au mizigo mingine ukidhani utakuwa salama. Kufanya hivyo kunaweza kukutia matatani, na hata kusababisha kushitakiwa, kulipishwa faini kubwa, na kufungwa gerezani.

(d) Muda utakaokuwa safarini

Ukiacha mambo matatu yaliyotajwa hapo juu, suala la muda utakaokuwa safarini ni muhimu sana katika kufanya maamuzi ya kubeba au kutobeba silaha yako. Kama safari unayokwenda utakaa muda mrefu, ni vyema uende na silaha yako. Hili ni muhimu kwa usalama wako binafsi na usalama wa silaha. Kimsingi sababu zilizokufanya ununue silaha na kukaa nayo katika mazingira ya awali, zinaweza kuendelea kuwepo katika sehemu unakokwenda, na, au nyingine mpya kujitokeza kwa sababu mbalimbali. Hata hivyo kama unakwenda ng'ambo ya nchi kwa masomo, matibabu au kikazi unaweza usiruhusiwe kwenda na silaha yako hata kama ungependa kufanya hivyo kwa sababu za kisheria.

Ikitokea unakwenda safari ya muda mrefu, na hakuna uwezekano wa kwenda na silaha yako, iache mahali salama. Mahali hapo panaweza kuwa kituo cha polisi, duka linalouza silaha, au mahali pengine popote palipoidhinishwa na serikali kutunza silaha za watu binafsi kwa mujibu wa sheria na taratibu za nchi au mahali husika. Kamwe usiache silaha nyumbani kwako hata kama una sanduku la chuma, au chumba cha kuhifadhia vitu vyako vya thamani. Kufanya hivyo kunaweza kukuingiza matatani, au kuleta madhara makubwa kwenye nyumba yako endapo mmoja wa wanafamilia akifanikiwa kupata ufunguo wa sanduku au chumba hicho na kuifikia silaha. Zingatia kwamba wewe ndiye mwenye dhamana ya kutunza silaha. Kwa hiyo ikitumika vibaya au kinyume cha sheria kwa namna yoyote ile wewe ndiye utakayewajibika.

Unapokabidhi silaha yako kituo cha polisi, kwenye duka la kuuza silaha, au mahali pengine popote ulipoamua kuihifadhi hakikisha unapewa stakabadhi ya makabidhiano. Soma na kuthibitisha kuwa taarifa zote zilizoandikwa katika stakabadhi hiyo ni sahihi na zinalingana na aina ya silaha uliyoiacha. Kwa mfano, kama bastola yako ni Glock 23 ya kizazi cha nne (4th *generation*) yenye namba za usajili GK012345 hakikisha stakabadhi imeandika hivyo na si Glock 23 ya kizazi cha tatu (3rd *generation*) yenye namba za usajili GK012345. Jambo hili ni muhimu sana. Makosa madogo tu ya kiuandishi au herufi yanaweza kusababisha usiipate silaha yako kabisa, au upewe silaha ya mtu mwingine.

(e) Sheria za umiliki silaha mahali ulipo

Kila nchi ina sheria, taratibu na kanuni maalum za uuzaji, ununuzi na umiliki wa silaha. Sheria hizi zimetungwa ili kudhibiti uuzaji na ununuzi holela wa silaha unaoweza kupelekea ongezeko la vitendo vya kihalifu, na pia kupunguza mauaji yasiyo ya lazima yanayoweza kusababishwa na uzembe au matumizi mabaya ya silaha. Usiingize silaha yako katika nchi au mji ambao huruhusiwi kisheria. Kufanya hivyo kunaweza kufanya ukamatwe na kufunguliwa mashitaka ya kuingiza silaha ki magendo, na au kupanga kufanya uhalifu.

Kabla hujaamua kwenda na silaha yako mji mwingine hakikisha umepata vibali vyote vinavyokuruhusu kutoa silaha katika mji au nchi uliyopo, na kuiingiza katika mji au nchi unayotaka kwenda. Kwa mfano, kama wewe ni mkazi wa Morogoro, Tanzania bara na unataka kwenda na silaha yako Unguja, Tanzania visiwani, hakikisha unavyo vibali vya kufanya hivyo. Zingatia kwamba, pamoja na kuwa Tanzania ni nchi moja, upo uwezekano mkubwa wa kuwepo kwa tofauti za sheria ndogo zinazoongoza miji na mikoa. Katika nchi zilizoendelea hususan Marekani, kila jimbo lina sheria zake, zinazosimamia umiliki wa silaha sambamba na zile za serikali kuu (*Federal*). Ni kwa sababu hii mkazi wa jimbo la Texas anaruhusiwa kubeba silaha wakati mkazi wa New York haruhusiwi kufanya hivyo. Kwa maelezo zaidi kuhusu sheria na taratibu za kusafiri na silaha ndani na nje ya nchi, wasiliana na jeshi la polisi mahali ulipo, au duka lolote linalouza silaha.

USAFI WA SILAHA

Silaha yako ni mojawapo ya vitu muhimu na vya thamani zaidi kwako. Kama vile fedha inavyoweza kukuokoa kimaisha kwa kukuwezesha kununua mahitaji yako, silaha ni nyenzo ya kukulinda na kuokoa uhai wako. Iheshimu. Ithamini na kuitunza silaha yako. Jizoeze kuifanyia usafi silaha yako kila baada ya kuitumia. Isafishe baada ya kufanya mazoezi ya kulenga shabaha, na matumizi ya dharura (kujilinda). Kwa ujumla unaweza kuitegemea zaidi silaha yako kama una uhakika kuwa iko katika hali nzuri na haiwezi kugoma kufyatua pale unapohitaji ifanye hivyo.

Kabla hujaanza kazi ya kuisafisha silaha yako hakikisha unavyo vitu vyote vinavyohitajika kwa kazi hiyo. Vitu hivyo ni pamoja na brashi, mafuta ya bunduki, vitambaa maalum, na mdeki wa kusafishia mtutu. Unaweza kuvinunua vifaa hivi katika duka lolote linalouza silaha. Hakikisha mafuta unayonunua ni mafuta sahihi na si mafuta ya kusafishia kitu kingine. Tumia vitambaa maalumu, brashi, na mafuta ya kusafishia bunduki kusafisha sehemu ya ndani ya mtutu na sehemu nyinginezo kwa uangalifu wa hali ya juu. Usitumie mafuta mengi kupita kiasi kwani yakizidi yanaweza kusababisha hitilafu wakati wa matumizi (misfire).

TATHMINI YA VITISHO NA HALI YA USALAMA

Bila shaka mpaka kufikia hapa utakuwa umepata mwanga wa kutosha kuhusu dhana nzima ya usalama wa mtu binafsi. Kama utazingatia maelezo yote yaliyotolewa katika kurasa zilizotangulia utapunguza kwa kiasi kikubwa hatari ya kuvamiwa na majambazi, magaidi, vibaka, na wahalifu wengine. Lakini kabla hujaweka kitabu hiki kwenye shubaka, kumuazima rafiki yako, au kuanza kukisoma upya napenda kukurejesha tena katika hatua ya kwanza kabisa ya ulinzi wa mtu binafsi ambayo ni kujifanyia uchunguzi binafsi.

Kama unakumbuka vyema katika hatua hiyo ulijifunza kujifanyia uchunguzi binafsi (*Self-Assessment*) kwa kutumia *PSQ 1* ili kujua kama wewe ni kivutio cha majambazi, au magaidi na uko hatarini kiasi gani. Katika sehemu hii utatumia *PSQ 2* kufanya tathmini ya kina zaidi ili kutambua watu walio katika hali ya hatari kubwa zaidi ya kuvamiwa na majambazi, magaidi na vibaka. Watu hao ni pamoja na wewe mwenyewe, wana familia yako, marafiki, na watu wengine walio katika mtandao wako wa kujilinda. Tathimini hii (*PSQ 2*) inachambua kwa undani zaidi vigezo 10 vya usalama vinavyoweza kukusaidia kugundua kuwepo kwa njama, au matishio ya ujambazi na ugaidi yanayoelekezwa kwako, kwa mwana familia wako, au mmoja wa watu katika mtandao wako wa ulinzi.

PSQ 2 inafanana kwa kiasi kikubwa na *PSQ1* isipokuwa yenyewe inazo alama maalum (*scores*) unazopaswa kuzitumia kwa kila swali ili kupata jumla sahihi zaidi. Kumbuka *PSQ 1*haina alama maalum bali mtumiaji hupaswa kujipa alama kwa utashi wake. Tofauti nyingine iliyopo kati ya *PSQ* 1na *PSQ 2* ni utaratibu mzima wa ujazaji wa tathmini yenyewe. Wakati *PSQ* 1 hujazwa na wewe mwenyewe, *PSQ 2* inatakiwa kujazwa na mtu mwingine aliye ndani ya wigo au mtandao wako wa ulinzi. Utaratibu huu humuwezesha mtu anayejaza tathmini kuchunguza kwa makini na kuona dosari ambazo wewe usingeziona, au ungezipuuzia kama ungejifanyia tathmini mwenyewe. Tumia *PSQ 2* kuwafanyia tathmini ndugu, jamaa marafiki, au watu wengine walio katika mtandao wako, na waruhusu wao pia kukufanyia tathmini. Zingatia kwamba kati ya mambo yaliyosisitizwa katika sura zilizotangulia ni pamoja na umuhimu wa kujitengenezea wigo au mtandao imara wakukusaidia katika jitihada zako za kujilinda wewe na familia yako.

Tathmini hii pia inaweza kutumiwa na wajumbe wa kamati, au tume za ulinzi na usalama za vyama vya siasa, asasi zisizo za kiserikali, mashirika ya umma na makampuni binafsi kutambua matishio yanayo wakabili viongozi wa juu, mashabiki, na watu wenye nyadhifa mbalimbali. Baada ya kufanya tathmini washauri wahusika hatua wanazopaswa kuchukua ili kujiongezea ulinzi au kuwadhibiti wahalifu.

TAHMINI YA USALAMA BINAFSI *2*
(PSQ 2)

Tathmini ya vitisho na hali ya usalama ina madhumuni makuu yafuatayo:

(a) Kutambua watu walio katika hatari kubwa zaidi ya kuvamiwa na majambazi, magaidi na wahalifu wengine wanaofanya vitendo vya kiuadui katika mahali husika.

(b) Kuongeza ulinzi wa muhusika kwa kutambua maeneo yanayohitaji kuboreshwa ki usalama

(c) Kuweka bayana maeneo ambayo mhusika anapaswa kuelimishwa ili kupunguza uwezekano wa kuvamiwa na wahalifu

(d) Kutambua aina ya msaada au ulinzi unaohitajika kwa watu walio katika hatari kubwa zaidi ya kuvamiwa.

(e) Kuweka msingi imara wa mafunzo na taratibu za kiusalama

(f) Kupata taarifa zinazoweza kuwasaidia polisi, maafisa wa usalama, au watu wengine wanaofanya ulinzi kwa mhusika.

UTARATIBU

PSQ 2 inajumuisha maswali ya kawaida yaliyotumika katika *PSQ 1* na mengine mengi yanayohusu taratibu za safari, njia (route), na makazi ya mhusika. Baada ya kujibu maswali yote uongozi au mtu anayehusika atapaswa kuangalia alama za kila mhusika na kupanga orodha inayoainisha watu walio katika hatari kubwa zaidi ya kuvamiwa. Alama zitatolewa kwa kufuata uzio wa namba

9 ambapo alama 9 itawakilisha hali mbaya na ya hatari zaidi kiusalama au tishio kubwa zaidi, na alama1 itawakilisha hali nzuri ya usalama au tishio dogo kabisa.

Tumia taatifa zitakazopatikana katika tathmini hii kuwashauri wahusika kuhusu njia bora zaidi za kujilinda na maadui. Katika taarifa yako eleza pia vitendo vya kutia mashaka vilivyobainika, watu wanaohusika, hatua zinazopaswa kuchukuliwa dhidi ya wahalifu, na namna ya kuwaripoti katika vyombo ya dola watu wanaotiliwa mashaka.

A.   TAARIFA ZA KIUSALAMA (*Intelligence*)

9. Yapo matishio ya usalama yaliyosikika na kuthibitishwa kuhusu mhusika.

7. Zimepatikana taarifa za vitisho kuhusu mhusika lakini hazijathibitishwa

5. Lipo tishio la jumla kuhusu usalama wa mabalozi, viongozi wa serikali, wanajeshi, wafanya biashara au watu wenye wadhifa fulani.

3. Lipo tishio la jumla kuhusu raia wa nchi hii nje ya nchi (ng'ambo)

1. Hakuna tishio lolote la kiusalama kuhusu Taifa au jamii inayohusika.

B.   MAJUKUMU YAKO

9. Ni Kiongozi au mtu mwenye madaraka ya juu serikalini, au katika chama cha siasa, Jaji wa mahakama kuu au hakimu anayeshughulikia kesi za magaidi au wafanyabiashara wa madawa ya kulevya, mfanya biashara maarufu anayejulikana kuwa na fedha nyingi, kiongozi wa juu au mfanyakazi katika idara ya Usalama wa Taifa, Jeshi au idara yoyote inayogusa moja kwa moja maslahi ya magaidi, au watu wabaya.

8. Mtu anayejihusisha na harakati za kutetea haki za binadamu au masuala mengine ya kijamii yanayogusa maslahi ya vigogo, watu wenye fedha nyingi, au uwezo wa kushawishi na kubadilisha muelekeo wa mawazo ya jamii.

5. Mtu ambaye wadhifa au majukumu yake yanamfanya asafiri mara kwa mara nje ya nchi kukutana na wataalam, viongozi wa nchi nyingine au jumuia za kimataifa ili kujadili na kuidhinisha mikataba ya kibiashara.

3. Mtu ambaye majukumu yake ya kawaida yanamfanya kukutana na viongozi wa nchi za nje, jumuia za kimataifa au wananchi wa kawaida mara moja moja.

1. Mtu ambaye majukumu yake **hayampi nafasi** ya kukutana na viongozi wa nje, kufanya mikataba mikubwa au kuwasiliana moja kwa moja na wananchi.

C. MWENENDO (*Routine*)

Mwenendo ni ukawaida wa shughuli, au matukio yanayojirudia kila siku katika ratiba ya mtu kiasi cha kuwafanya watu wengine kuweza kujua au kukisia mahali atakapokuwa na shughuli atakayokuwa akiifanya katika wakati husika. Baadhi ya *routine* za kawaida ni pamoja na muda wa kutoka nyumbani kwenda kazini na kurudi, siku na muda wa kwenda kwenye nyumba za ibada, vikao vya kawaida vyenye tarehe maalum, muda wa kuwapeleka na kuwachukua watoto shuleni. *Matukio au ratiba hizi huweza kuwapa mwanya wahalifu kufanya ufuatiliaji au mashambulizi kwa urahisi.*

9. Mtu mwenye kawaida ya kutunza muda au kufuata ratiba ya siku kwa usahihi bila kubadilisha matukio, kuchelewa, au kuwahi sehemu zinazohusika. Mtu huyu ana tabia ya kutumia njia ileile kila siku (habadilishi), na kuhudhuria kila tukio aliloalikwa au kupangiwa bila kukosa.

7. Mtu anayefuata ratiba ya matukio kwa usahihi lakini ana kawaida ya kuchelewa au kuwahi kwa dakika kati ya 15 na 30 zaidi; hubadilisha njia mara chache lakini huhudhuria shughuli zote anazoalikwa au kutakiwa kuwepo.

5. Mtu ambaye mara chache huonesha tabia zilizotajwa hapo juu lakini huchelewa au kuwahi (katika matukio anayopaswa kuhudhuria) kwa dakika kati ya 30 na 45 zaidi. Anahudhuria matukio yote anayoalikwa lakini ana tabia ya kubadili njia anazopita mara kwa mara.

3. Mtu ambaye huwahi au kuchelewa katika matukio anayopaswa kuhudhuria kwa dakika kati ya 45 na 60. Mara kwa mara hubadilisha njia anazopita, na huhudhuria shughuli za kijamii mara chache.

1. Mtu ambaye ratiba zake hazijulikani, hana tabia ya kutunza muda, na hahudhurii shughuli za kijamii.

D. WASIFU (*Profile*)

Katika tathmini hii wasifu (profile) unajumuisha kazi ya mhusika, shughuli za nje, majukumu yake ya kila siku, kuonekana katika vyombo vya habari, na mambo mengine yanayomfanya mhusika kuwa maarufu, au kujulikana na wananchi

9. Mtu mwenye wadhifa wa juu serikalini, jeshini, ubalozini, katika idara ya usalama wa Taifa, na au

195

mfanyabiashara wakubwa (matajiri). Anatambulika kuwa ni mtu wa wadhifa au kipato cha juu. Kutokana na wadhifa wake hawezi kujichanganya na watu wa kawaida katika shughuli za kila siku au katika starehe.

7. Mtu mwenye wadhifa wa juu kitaifa au kimataifa, kutokana na wadhifa wake hawezi kujichanganya na watu wa kawaida katika jamii, hana uwezo wa kuongea lugha ya kigeni katika nchi, kituo, au mahali alipo. Husafiri mara kwa mara kwenda nchi anayofanya kazi na kurudi nchini kwake.

5. Mtu ambaye utaifa wake unatambulika au mahali anakotoka kutokana na umbo, muonekano, au alama za mwilini. Tabia na vitendo vyake vinaweza kumtofautisha na watu wa mataifa mengine au wenyeji wa nchi aliyopo. Hana madaraka wala wadhifa wowote serikalini, au katika nchi anayotoka; wala hajihusishi na siasa.

3. Mtu mwenye maumbile, muonekano, na tabia zinazolingana na watu au mataifa mengine yaliyozoeleka katika nchi husika. Hajihusishi na siasa, na wala hana mawasiliano yoyote na viongozi wa serikali.

1. Mtu ambaye anaweza kujichanganya mahali popote bila kutiliwa mashaka. Hajihusishi na mambo ya siasa au msimamo wa nchi fulani. Hajihusishi na serikali na hafanyi vitendo vyovyote vya kutia mashaka.

E. CHOKE POINTS.

Choke points ni eneo lolote la njia ambalo halikwepeki hata kama utabadilisha njia (Lazima upite). *Choke points* za hatari zaidi ni pamoja na eneo unaloishi (nyumbani), sehemu unapofanya kazi au biashara, sehemu ya ibada, na maeneo yote ambayo ni lazima uwepo katika muda unaotakiwa.

9. Eneo ambalo mazingira yake ya asili yanaruhusu wahalifu kujificha au kujichanganya na watu wengine, kufanya surveillance vizuri, au kukaa katika eneo husika kwa muda wowote wanaotaka bila kugundulika au kutiliwa mashaka. Eneo lina njia nzuri ya kutorokea (*escape route*)

7. Eneo linalotoa mwanya kwa wahalifu kufanya *surveillance*, au kukaa kwa muda wa saa moja au zaidi bila kugundulika. Eneo lina njia nzuri ya kutorokea, lakini mazingira yake hayatoi nafasi kwa wahalifu kulidhibiti windo.

5. Eneo linaloruhusu wahalifu kufanya *surveillance* au kukaa kwa dakika 30 bila kugundulika au kubugudhiwa. Halitoi mwanya kwa wahalifu kudhibiti windo lakini lina njia nzuri ya kutorokea.

3. Eneo linalotoa mwanya kwa wahalifu kufanya *surveillance* au kukaa kwa dakika zisizozidi 15 tu, lina njia hafifu ya kutorokea na haliruhusu wahalifu kudhibiti windo kwa urahisi.

1. Eneo lisilotoa mwanya kwa wahalifu kufanya *surveillance* au kukaa japo kwa muda mfupi. Halina njia ya kutorokea na mazingira yake hayawapi nafasi wahalifu kudhibiti windo.

F. NJIA YA KUTOROKEA (*Escape Route*)

Njia au barabara zinazotumika kwenda na kutoka kazini, mjini, shuleni, sehemu ya ibada, na maeneo mengine ambayo mhusika hupenda kutembelea.

9. Ipo njia moja tu nzuri, inayounganisha nyumba na ofisi ya mhusika, au kuna barabara mbovu zisizopitika kwa urahisi. Barabara hizo zinapita katika maeneo yanayotoa mwanya kwa wahalifu kuweza kufanya *surveillance* au mashambulizi kwa urahisi.

7. Zipo njia chache (mbili au tatu) zinazofaa kutumika kwenda na kutoka kazini, mjini, na maeneo mengine muhimu. Njia zote zinatoa mwanya kwa wahalifu kufanya *surveillance* au mashambulizi.

5. Kuna njia nyingi zinazoweza kutumika toka nyumbani kwenda kazini na maeneo mengine; hata hivyo kuna njia moja kuu inayotumika zaidi. Njia inatoa mwanya kwa wahalifu kufanya *surveillance* au kukaa katika eneo (kando ya njia) kwa muda mfupi tu.

3. Zipo njia nyingi zinazoingia na kutoka katika eneo la makazi ya mhusika; hata hivyo njia kuu ni moja ambayo haitoi mwanya kwa kudhibiti windo ingawa inaweza kutumika kufanya surveillance.

1. Zipo njia nyingi zinazoingia na kutoka katika eneo la makazi ya mhusika. Zipo njia kuu nyingi (za kutosha) zinazoweza kutumiwa na muhusika kwenda mahali popote. Njia zinatoa mwanya kwa wahalifu kuweza kufanya surveillance lakini hazitoi nafasi ya kuweza kulidhibiti windo.

G. USALAMA WA JENGO

Usalama wa jengo unajumuisha historia ya jengo, namna jengo lilivyojengwa (*Building structure*), Mazingira yanayozunguka jengo, hatua zinazochukuliwa na wakazi katika kuongeza au kupunguza ulinzi na usalama wa jengo, wasifu na tabia ya watu waliowahi kuishi katika jengo hilo kabla muhusika kuhamia, sehemu ya maegesho, na mahali jengo lilipo.

9. Mkazi wa sasa amehamia katika jengo baada ya kuondoka kwa mtu (mpangaji) anayedhaniwa kuwa mtu hatari (High risk). Jengo halina vifaa vyovyote vya ulinzi na usalama, au vifaa vilivyopo havifikii kiwango kinachotakiwa. Magari ya watu wengine yanaweza kuegeshwa karibu na jengo na hakuna maegesho maalum ya ndani (*in door parking*) kwa ajili ya mhusika. Wapo wafanyakazi wa ndani wanao ruhusiwa kutembea na funguo za nyumba.

7. Tathmini ya usalama wa jengo imeanza kufanywa lakini bado haijakamilika. Ni asilimia 25 tu ya marekebisho ya vifaa vya ulinzi na usalama yaliyofanyika. Magari ya watu wanaofahamika tu ndiyo yanaruhusiwa kuegeshwa karibu na jengo, wafanyakazi wa ndani wanaruhusiwa kuingia kla chumba lakini hawaruhusiwi kutoka na funguo.

5. Tathmini ya usalama wa jengo imekamilika na marekebisho ya vifaa vya ki usalama yamefanyika kwa 50%. Nyumba ina maegesho ya gari ndani, na hakuna watu wanaoruhusiwa kuegesha magari karibu na nyumba. Jengo lina milango na madirisha yanayowezesha kuona vema mazingira yote yanayo zunguka nyumba. Wafanyakazi wa ndani wanadhibitiwa nyendo zao na hawaruhusiwi kushika funguo za nyumba wala kutoka nazo.

3. Tathmini ya usalama wa Jengo imekamilika na asilimia 75 ya vifaa vya ulinzi na usalama vinavyohitaji marekebisho vimebadilishwa. Nyumba ina maegesho ya ndani yanayotumika na hakuna magari au watu wasiohusika wanaosogelea jengo. Hakuna watumishi wa ndani, nyumba inalindwa na walinzi wenye silaha.

1. Nyumba imefanyiwa tathmini ya kiusalama na kutimiza vigezo vyote vinavyotakiwa. Jengo lina milango na madirisha yanayomuwezesha mkazi kuona maeneo yote yanayozunguka nyumba katika mzunguko wa nyuzi 360. Wahalifu wanaofanya *static surveillance* wanaweza kuonekana kwa urahisi kutoka ndani ya jengo (Kwa kuchungulia dirishani). Mhusika ana mahusiano mema na majirani na yuko katika mtandao wa ulinzi unaohusisha wakazi wengine wa eneo husika. Jengo linalindwa na walinzi wenye silaha kwa masaa 24 na hakuna wafanyakazi wa ndani.

H. USALAMA WA ENEO LA KAZI (OFISI)

Usalama wa eneo la kazi unajumuisha mazingira ya ofisi, mahali ofisi zilipo, namna jengo lilivyokaa, maegesho ya magari, vifaa vya ulinzi na usalama, taratibu za kuingia na kutoka katika jengo, na walinzi.

9. Jengo limejengwa bila kufuata masharti ya kitaalam (*Substandard*), halina maegesho yanayodhibitiwa, mtu yeyote anaweza kuegesha gari katika maegesho ya ofisi kwa muda mrefu bila kubughudhiwa. Jengo halina vifaa vya usalama, wala walinzi wenye silaha; limezungukwa na maduka, au maofisi mengine yasiyo ya serikali.

7. Jengo limejengwa kwa kiwango cha chini, linatimiza baadhi ya vigezo vya kiusalama. Lina maegesho maalum kwa ajili ya watu wenye nyadhifa za juu na maegesho ya ziada yanayotumiwa na wananchi wa kawaida au wateja.

Jengo limezungushiwa ukuta wa matofali, uzio, au seng'enge inayozuia watu wasiohusika kuingia ndani bila kupita langoni. Wageni wote hukaguliwa na kuorodhesha majina yao katika kitabu maalum kabla ya kuruhusiwa kuingia. Jengo limezungukwa na majengo ya serikali na watu binafsi lakini linalindwa kwa masaa 24 na walinzi wenye silaha.

5. Jengo limejengwa kitaalam na linafikia viwango vya kiusalama vinavyohitajika. Maegesho yote yanadhibitiwa na hutolewa kwa taratibu maalum. Wageni wote hukaguliwa na kuorodhesha majina yao kabla ya kuingia ndani. Jengo linazo kamera za usalama (CCTV) katika maeneo yote muhimu, liko katika makazi ya watu lakini limezungukwa na majengo mengine ya ofisi yanayofuata taratibu bora za ulinzi na usalama.

3. Jengo limejengwa kwa kufuata taratibu na misingi yote ya kiusalama. Lina milango na madirisha yanayoweza kuhimili milipuko. Watu wasio wafanyakazi wa serikali au kampuni husika hawaruhusiwi kuingia ndani bila kusindikizwa. Wafanyakazi wote huingia katika jengo kupitia milango maalum na kwa vitambulisho maalum. Jengo linalindwa masaa 24 nawalinzi wenye mafunzo ya hali ya juu wanaolipwa na serikali au kampuni husika.

1. Jengo linatimiza viwango vya juu kabisa vya ulinzi na usalama. Hakuna magari yanayo ruhusiwa kuegeshwa karibu na jengo. Magari ya wafanyakazi na mengine yanayoruhusiwa kuingia (kwa kazi maalum) hupita katika eneo maalum la ukaguzi. Upo udhibiti wa hali ya juu katika maeneo yote ya jengo. Wafanyakazi wasio wa serikali au kampuni husika hawaruhusiwi kabisa kufika wala kuingia katika jengo. Eneo linalindwa na walinzi wenye mafunzo ya hali ya juu kutoka jeshini au idara ya Usalama wa Taifa.

I. USALAMA WA MTU BINAFSI (*Personal Security*)

Usalama wa mtu binafsi unahusisha mafunzo ya kijeshi na usalama aliyopitia, matumizi ya silaha na vifaa mbalimbali vya kiusalama, uwezo wake katika kutambua *surveillance* na kutumia mbinu nyingine za kujilinda.

9. Mhusika hana mafunzo yoyote ya kiusalama. Tabia zake zinaonesha hajui wala hafuati misingi ya usalama; anapenda kujichanganya na wananchi wa kawaida kwenye sehemu za starehe. Hana tabia ya kuwachunguza au kuwatambua watu wanaomzunguka, habebi silaha wala vifaa vyovyote vya usalama; hana mazoea ya kuvaa (au hana) fulana isiyopenya risasi (*Body Armor*), na hana tabia ya kukagua gari yake.

7. Amewahi kupata mafunzo ya usalama lakini hana tabia ya kufuata misingi aliyofundishwa. Mara nyingi hujichanganya na wananchi wa kawaida kwenye majumba ya starehe au shughuli nyingine za kijamii. Hubeba silaha au kuvaa fulana isiyopenya risasi anapotakiwa kufanya hivyo tu, hufanya upekuzi wa gari mara chache anapojisikia kufanya hivyo.

5. Mhusika anajitahidi kufuata misingi ya usalama. Hufanya upekuzi wa nyumba na gari (kutambua mabomu au vinasa sauti) kwa ukawaida. Ni mwangalifu wa mazingira na njia anazopita. Amepata mafunzo ya usalama na anamudu kutumia silaha ndogo (*Personal*

weapons), anamudu kuendesha gari katika mazingira ya hatari au msongo wa akili.

3. Mhusika anafuata misingi yote ya usalama. Hufanya upekuzi wa nyumba na gari mara kwa mara, huvaa fulana isiyopenyeka kwa risasi na hutembelea gari imara isiyopenyeza risasi (*Armored vehicle*). Mara nyingine huvaa fulana isiyopenyeza risasi na anamudu kuendesha gari katika hali ya hatari. Anaye dereva maalum ambaye pia amepata mafunzo ya usalama na anayemudu vema matumizi ya silaha.

1. Mhusika hutembea na gari isiyopenyeza risasi (*Armored Vehicle*) akifuatana na walinzi wa karibu (*Bodyguards*) waliopata mafunzo ya hali ya juu ambao hubeba silaha nzito za kivita. Walinzi wana kawaida ya kukagua gari kila siku ili kutambua mabomu (*Bomb Search*) au vifaa vya kurekodi sauti, hubeba vifaa vyote vya usalama na mawasiliano vinavyohitajika; walinzi hawa hufuata taratibu zote za kiusalama.

J. UFAHAMU WA KIUSALAMA (*Security awareness*)

Mtu, au Watu wanaojali na kufuata misingi yote ya ulinzi na usalama.

9. Mtu asiyeonesha kujali au kufuata misingi ya usalama hata katika hali ya hatari.

7. Mtu asiyejali au kufuatilia sana misingi ya usalama lakini hupokea ushauri na kufuata maelekezo.

5. Mtu anayefuata misingi ya usalama, hupokea ushauri na kufanya mabadiliko anapotakiwa kufanya hivyo au akiona hali ni ya hatari.

3. Mtu anayejali na kufuata misingi ya usalama na yuko tayari kufuata maelekezo yote anayopewa

1. Mtu anayejali na kufuata misingi yote ya usalama. Huomba ushauri wa kiusalama mara kwa mara na kufuata maelekezo au kufanya marekebisho yanayotakiwa

———————

HITIMISHO

Usalama wako binafsi na wa familia yako ni kitu muhimu kuliko kitu kingine chochote maishani. Kwa kutambua hilo Yesu kristo (Nabii Issa bin Mariam) aliwahi kuwaambia wanafunzi wake kwamba "maisha ni zaidi ya chakula na mwili ni bora kuliko mavazi" (Luka 12:23). Kwa sababu hiyo ni jukumu lako binafsi kuielimisha na kuihamasisha familia yako na wale wote wanaokuzunguka ili kujijengea ngome imara ya ulinzi katika jumuiya au eneo unaloishi. Ulinzi ni jukumu la kila mtu na hasa wewe.

Jizoeze kufuata mbinu za kujilinda na misingi mbalimbali ya usalama iliyoelezwa kitabuni humu, na katika vijarida vingine vinavyotoa elimu ya usalama kwa umma. Kumbuka kuwa lengo la kujifunza mbinu za kujilinda ni kupunguza uwezekano wa kuvamiwa na majambazi, kujua jinsi ya kujitetea endapo utavamiwa, na hivyo kuishi kwa furaha, usalama na amani.

Kitabu hiki hakitakuwa kimekusaidia chochote endapo kama baada ya kukisoma utaanza kujenga hofu na kuishi maisha ya woga na wasiwasi. Andaa mikakati ya kukusaidia kuimarisha ulinzi na huku ukijitahidi kuishi maisha ya furaha na amani hata kama kipato chako ni kidogo. Zaidi ya yote mtangulize MUNGU katika maisha yako kwani ni yeye pekee awezaye kukupa amani ya rohoni.

———————

JILINDE NA WAHALIFU WENYE MIKAKATI

VIELELEZO

Vielelezo (ramani A na B) vilivyopo katika ukurasa wa 258 na 259 vinaonesha jinsi *operatives* wanavyoweza kulizunguka windo kila upande na hivyo kuweza kudhibiti nyendo zote za muhusika, na pia kupunguza uwezekano wa windo kutambua *surveillance*.

Katika vielelezo hivyo windo lililoko katika mtaa wa Jamhuri linafuatwa na magari sita: gari kiongozi na gari 1 ya msaada yako nyuma ya windo, gari 2 za mkaa mbali zilizoko mtaa wa pili, na gari nyingine 2 za msaada.

Endapo windo litahisi kwamba linafuatwa na gari kiongozi linaweza kuamua kuthibitisha kwa kukata kona kushoto (kuingia barabara ya Morogoro) kuelekea mtaa wa Libya. Ili kulihadaa windo *operatives* waliopo katika gari kiongozi wanaweza kuamua kukata kona kulia kuelekea barabara ya India, lakini wakaiagiza gari ya msaada iliyoko nyuma kabisa kuongeza mwendo ili kulifuata windo kwa karibu (kuchukua nafasi ya kiongozi).

Sambamba na hilo, kiongozi huwafahamisha *operatives* waliopo katika gari ya mkaa mbali iliyoko mtaa wa Libya kusubiri kulipokea windo. Endapo windo litakapofika mtaa wa Libya litakata kona kulia kuingia mtaa wa Libya, mkaa mbali hujitokeza na kulifuata windo kwa karibu zaidi. Kwa namna yoyote ile windo haliwezi kuhisi gari hiyo ni sehemu ya *surveillance* anayoshuku.

Kwa kutumia nguvu kazi ya kutosha (magari na watu wengi) operatives hurahisisha kazi yao na kuweza kulizunguka windo kila upande.

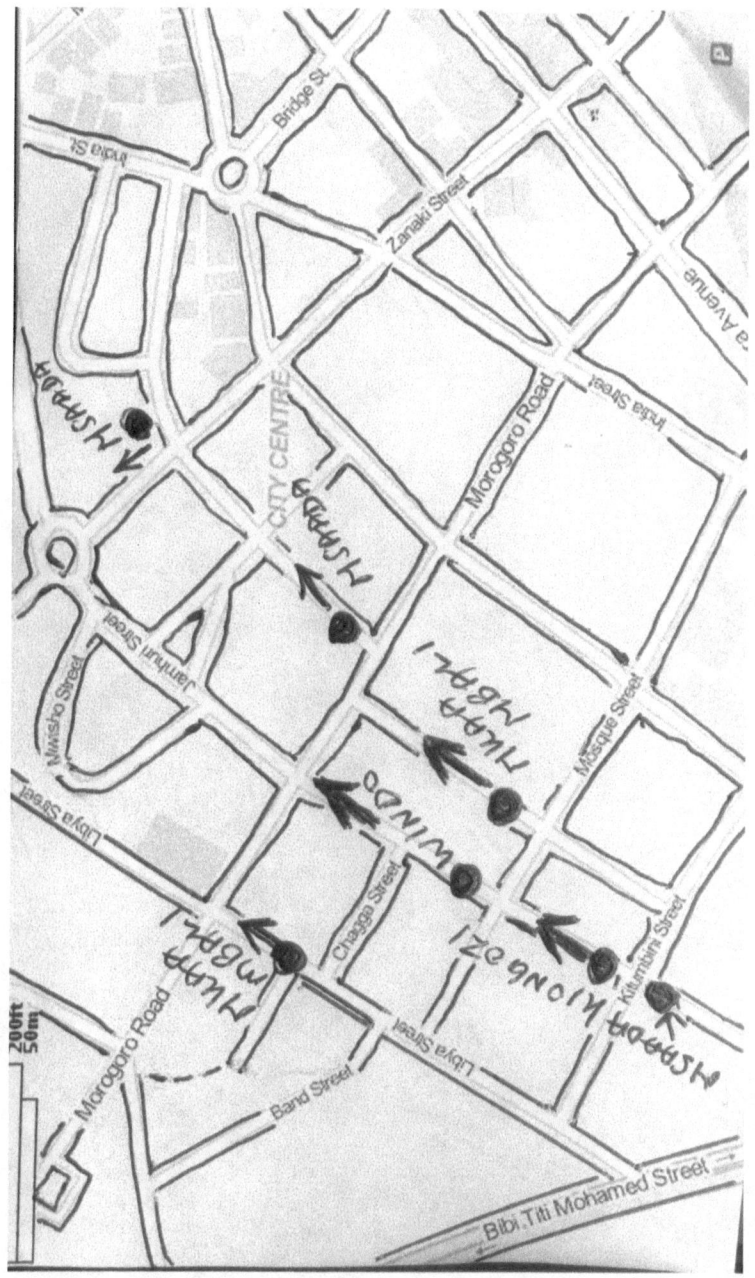

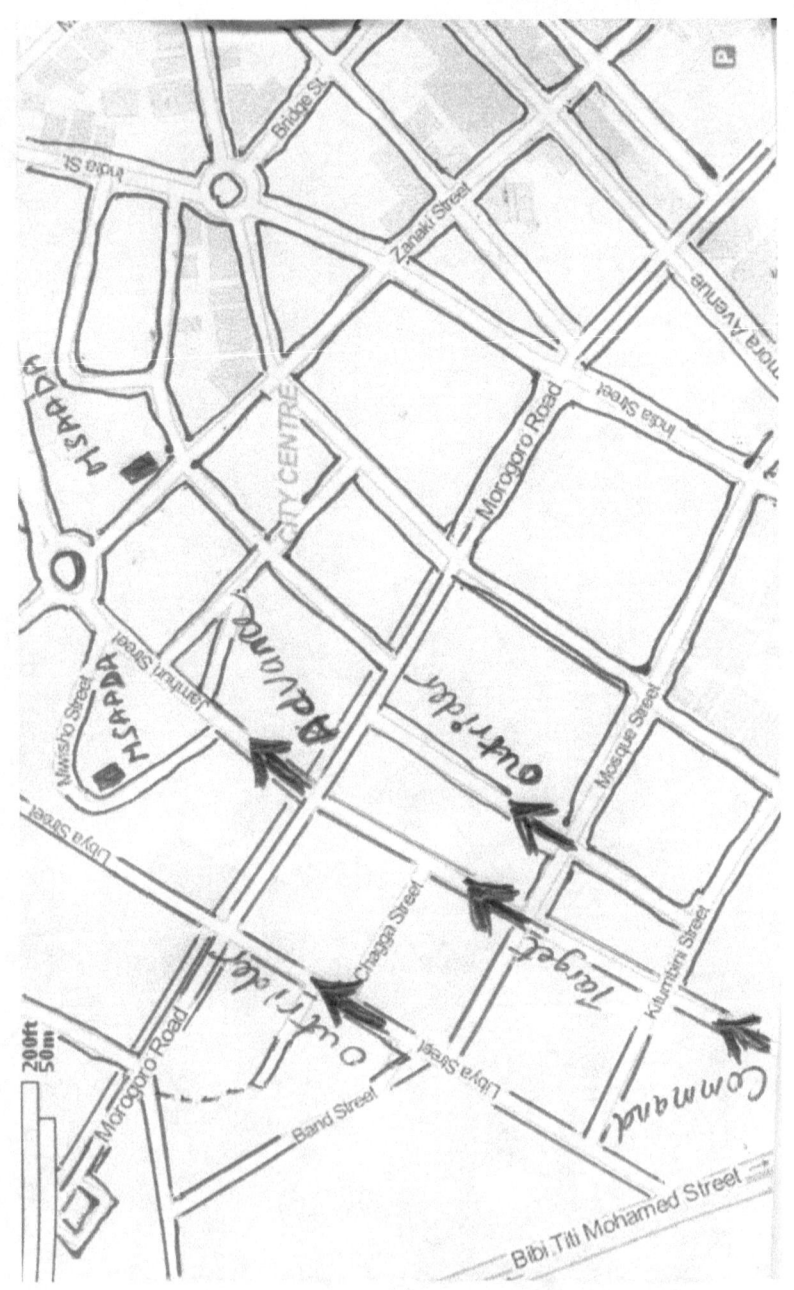

*Lakini fahamuni neno hili,
kwamba mwenye nyumba angalijua saa
atakayokuja mwizi, angelikesha, wala asingeacha
nyumba yake kuvunjwa.*
(Luka 12:39)

GODWIN CHILEWA

MAREJEO

Ackerman, Garry, & Tamsett, Jeremy (2009)
Jihadists and Weapons of Mass destruction.
CRS Press: Boca Raton:

Weiberg, L. (2008). Global Terrorism: *Biginners Guide.* Oneworld: Oxford, London

Bongar, Bruce, et al (2007) *Psychology of Terrorism* Oxford University Press: New York:

Cambell, R. (2009) *The Gun Digest Book of Personal Protection and home defense*: K.P.Books.

Crenshaw, M.,(2011). *Explaining Terrorism Causes Processes and Consequences.* Routledge: New York:

Guelke, A. (2009). *The New Age of Terrorism and The International Political System.* IB Taurus: NY

Hoffman, B. (2009) *Inside Terrorism.* 2nd ed.
New York: Columbia

Horgan, John. *The Psychology of Terrorism.*
University Press: Routledge, New York:

Hudson, R. (2009).Who Becomes Terrorist and Why: *The Government Report on Profiling terrotist* The Lyms Press: Guilford:

Kaplan, J.(2010) Terrorist Groups and New Tribalism: *Terrorism fifth wave.* Routledge, NY

Larkin, T., & Chriss R. (2008). How toSurvive the Most Critical 5 Seconds of Your Life.
Straightview Publishing: Sequine, Washington:

Levit, M..(2007). Hamas: *Politics, Charity, and Terrorism in the Service of Jihad.* Yale University Press: New Haven.

Nacos, B. (2011). *Terrorism and Counter Terrorism* 4th ed. Longman Boston:

GODWIN CHILEWA

KUHUSU MWANDISHI

Bw. Godwin Chilewa anao uzoefu wa hali ya juu katika masuala ya intelejensia, ulinzi na usalama. Akiwa mtumishi mwandamizi wa Ofisi ya Rais wa Jamhuri ya Muungano wa Tanzania, Godwin amefanya kazi na vyombo mbalimbali vya ulinzi na usalama ikiwa pamoja na idara ya Usalama wa Taifa (TISS), kikosi cha makomando wa JWTZ (92KJ) na idara ya upelelezi wa makosa ya Jinai (CID). Bw. Godwin amehitimu shahada ya saikolojia katika chuo kikuu cha Houston (University of Houston Downtown) na shahada ya Uzamili (MBA) kutoka DeVry University- Houston, Texas. Vitabu vyake vingine ni pamoja na **Idara ya Usalama wa Taifa** – *Ni Chombo Cha Mauaji*? na **Shuhuda za Jasusi** kinachoelezea uchunguzi wa mlipuko wa bomu katika ubalozi wa Marekani, Dar es Salaam, Tanzania.

JILINDE NA WAHALIFU WENYE MIKAKATI

GODWIN CHILEWA